SÁCH NẤU ĂN BÁNH MÌ TUYỆT VỜI

100 Công thức làm chủ nghệ thuật làm bánh mì

Ngân Mộc

MỤC LỤC

GIỚI THIỆU

Chào mừng bạn đến với "SÁCH NẤU ĂN BÁNH MÌ TUYỆT VỜI", nơi hương thơm của bánh mì mới nướng tràn ngập không khí và cảm giác hài lòng khi làm chủ được nghệ thuật làm bánh mì đang chờ đợi. Bánh mì que, với bề ngoài giòn và lớp vỏ mềm, từ lâu đã trở thành món ăn kèm được yêu thích trong các bữa ăn, được yêu thích vì tính linh hoạt và thơm ngon của chúng. Trong cuốn sách nấu ăn này, chúng tôi bắt đầu hành trình khám phá những bí mật để làm bánh mì hoàn hảo với 100 công thức nấu ăn sẽ hướng dẫn bạn qua các sắc thái của bột, tạo hình và nướng bánh. Bánh mì que không chỉ là một món ăn phụ mà còn là minh chứng cho sự khéo léo và khéo léo của người thợ làm bánh. Từ món grissini khiêm tốn của Ý cho đến món bánh mì xoắn thơm ngon của Bắc Mỹ, bánh mì que có nhiều hình dạng, kích cỡ và hương vị khác nhau, mỗi loại mang đến một trải nghiệm ẩm thực độc đáo. Trong bộ sưu tập công thức nấu ăn này, chúng ta sẽ khám phá thế giới bánh mì que rộng lớn, từ những món ăn cổ điển được yêu thích đến những sáng tạo sáng tạo, dạy cho bạn những kỹ thuật và mẹo cần thiết để trở thành một thợ làm bánh mì bậc thầy. Với mỗi công thức, bạn sẽ học được nghệ thuật làm việc với men, khoa học về phát triển gluten và tầm quan trọng của việc tạo hình và nướng bánh đúng cách. Cho dù bạn thích những chiếc bánh mì mỏng và giòn hay dày và dai, thì cuốn sách nấu ăn này đều có công thức phù hợp với mọi sở thích và mọi dịp. Và với một chút luyện tập và kiên nhẫn, bạn sẽ sớm làm hài lòng bạn bè và gia đình bằng những chiếc bánh mì que tự làm sánh ngang với những chiếc bánh mì ở tiệm bánh yêu thích của bạn. Nhưng "SÁCH NẤU ĂN BÁNH MÌ TUYỆT VỜI" không chỉ là một bộ sưu tập các công thức nấu ăn—nó là sự tôn vinh niềm vui làm bánh và sự hài lòng khi tạo ra món gì đó thơm ngon ngay từ đầu. Cho dù bạn là một thợ làm bánh dày dặn kinh nghiệm hay người mới vào bếp, mỗi công thức đều được thiết kế để dễ tiếp cận, dễ thực hiện và đảm bảo mang lại kết quả ngon miệng. Vì vậy, hãy xắn tay áo lên, phủi bụi cây cán bột và sẵn sàng bắt tay vào hành trình làm chủ bánh mì. Với 100 công thức nấu ăn để khám phá, giới hạn duy nhất là trí tưởng tượng của bạn. Hãy cùng nhau tìm hiểu và khám phá nghệ thuật làm bánh mì nhé.

BÁNH MÌ CỔ ĐIỂN

1.Palitos de pan

THÀNH PHẦN:

- 2 chén bột mì đa dụng
- 1 thìa cà phê muối
- 1 thìa cà phê đường
- 2 ¼ thìa cà phê men khô hoạt động
- ⅔ cốc nước ấm
- 2 muỗng canh dầu ô liu
- Các loại topping tùy chọn: hạt vừng, hạt anh túc, phô mai Parmesan bào, v.v.

HƯỚNG DẪN:

a) Trong một bát nhỏ, hòa tan đường với nước ấm. Rắc men lên trên mặt nước và để yên trong khoảng 5 phút cho đến khi men nổi bọt.

b) Trong một tô trộn, trộn bột mì đa dụng và muối. Tạo một cái giếng ở giữa và đổ hỗn hợp men và dầu ô liu vào.

c) Trộn các thành phần với nhau cho đến khi tạo thành một khối bột. Chuyển bột sang bề mặt đã rắc bột mì và nhào khoảng 5-10 phút cho đến khi bột mịn và đàn hồi. Thêm bột mì nếu cần thiết để chống dính.

d) Đặt bột vào tô đã phết dầu mỡ, phủ khăn bếp sạch lên và để bột nở ở nơi ấm áp trong khoảng 1 giờ hoặc cho đến khi bột nở gấp đôi.

e) Làm nóng lò nướng của bạn ở nhiệt độ 200°C (400°F) và lót khay nướng bằng giấy da.

f) Đấm bột xuống để giải phóng bọt khí. Chia bột thành nhiều phần nhỏ và cán từng phần thành hình que mỏng, dày khoảng ½ inch và dài 6-8 inch.

g) Đặt các que bánh mì lên khay nướng đã chuẩn bị sẵn, chừa một khoảng trống giữa chúng. Nếu muốn, hãy rắc các loại đồ phủ tùy chọn như hạt vừng, hạt anh túc hoặc phô mai Parmesan bào lên trên bánh mì que.

h) Nướng bánh mì que trong lò làm nóng trước khoảng 12-15 phút hoặc cho đến khi chúng chuyển sang màu nâu vàng và giòn.

i) Lấy bánh mì que ra khỏi lò và để nguội trên giá lưới trước khi dùng.

2.Taralli

THÀNH PHẦN:

- 4 chén bột mì đa dụng
- 2 thìa cà phê muối
- 2 thìa cà phê đường
- 2 thìa cà phê bột nở
- 120ml (½ cốc) rượu trắng
- 120ml (½ cốc) dầu ô liu nguyên chất
- Nước (khi cần thiết)
- Hương liệu tùy chọn: hạt thì là, hạt tiêu đen, ớt bột, v.v.

HƯỚNG DẪN:

a) Trong một tô trộn lớn, trộn bột mì, muối, đường và bột nở. Trộn đều.

b) Thêm rượu vang trắng và dầu ô liu vào nguyên liệu khô. Trộn cho đến khi các thành phần bắt đầu hòa quyện với nhau.

c) Dần dần thêm nước, mỗi lần một ít, đồng thời nhào bột bằng tay cho đến khi thu được một khối bột mịn và hơi cứng. Lượng nước cần thiết có thể thay đổi tùy thuộc vào độ ẩm môi trường của bạn.

d) Nếu muốn, hãy thêm các hương liệu như hạt thì là, hạt tiêu đen hoặc ớt bột vào bột. Nhào bột thêm vài lần nữa cho bột thấm đều.

e) Chia bột thành các phần nhỏ hơn và cuộn từng phần thành một sợi dây mỏng, đường kính khoảng 1 cm (0,4 inch).

f) Cắt dây thành từng đoạn nhỏ, dài khoảng 7-10 cm (2,8-4 inch).

g) Lấy từng mảnh và nối các đầu lại với nhau, tạo thành hình chiếc nhẫn.

h) Làm nóng lò ở nhiệt độ 180°C (350°F).

i) Mang một nồi nước lớn để đun sôi. Thêm một nắm muối vào nước sôi.

j) Cẩn thận thả từng ít Taralli vào nước sôi và nấu trong khoảng 1-2 phút hoặc cho đến khi chúng nổi lên mặt nước.

k) Dùng thìa có rãnh hoặc thìa hớt bọt, vớt Taralli đã luộc ra khỏi nước và chuyển chúng vào khay nướng có lót giấy da.

l) Đặt Taralli vào lò làm nóng trước và nướng trong khoảng 25-30 phút hoặc cho đến khi chúng chuyển sang màu nâu vàng và giòn.

m) Lấy Taralli ra khỏi lò và để nguội hoàn toàn trước khi dùng.

3.bánh mì Ferrar

THÀNH PHẦN:

- 500 g Bột mì 00
- 175 g Nước
- 30 g mỡ lợn
- 50 g men mẹ
- 9g muối
- 5 g mạch nha
- 20 g dầu ô liu nguyên chất

HƯỚNG DẪN:

a) Đổ nước, mạch nha vào tô và hòa tan men mẹ trong đó, thêm bột mì vào và trộn cho đến khi mọi thứ hòa quyện. Cho mỡ lợn vào và để thấm đều, khi nhào bột xong cho dầu và muối vào rồi nhào thành khối mịn và đồng nhất. Chia bột thành 8 ổ bánh nặng 95-100 g để được 4 cặp Ferrara nặng khoảng 195-200 g.

b) Gia công từng khối bằng cây cán bột hoặc bằng máy làm mì ống cho đến khi bạn có được độ dày 1,2 cm.

c) Bây giờ cuộn từng ổ bánh lại: một tay giữ một đầu, tay kia bắt đầu cuộn và trải ra rồi từ từ cuộn đến gần hết ổ bánh, lặp lại thao tác với ổ bánh khác.

d) Lúc này, ghép chúng lại thành cặp đôi (bạn phải ấn chúng vào giữa) và đặt chúng lên khay nướng ở nơi ấm áp trong 90-120 phút.

e) Làm nóng lò ở 200°C và nướng trong 18-20 phút.

4.Cappia Ferrarese với mật ong

THÀNH PHẦN:

CHO LEAVEN:

- 200 g bột mì đa dụng
- 1 muỗng cà phê dầu ô liu
- 1 thìa cà phê mật ong
- nước ấm
- Đối với bột:
- 1 kg bột mì (Loại 0)
- 350ml nước
- 60 gram mỡ lợn
- 40ml dầu ô liu nguyên chất
- 100 g men
- 1 thìa cà phê muối
- 1 muỗng canh mạch nha lúa mạch

HƯỚNG DẪN:

LÁ:

a) Lấy 200 g bột mì cho vào tô.
b) Thêm một ít nước ấm, một thìa dầu và một thìa mật ong vào bột.
c) Trộn cho đến khi hỗn hợp mịn được hình thành mà không bị vón cục.
d) Tạo hình hỗn hợp bột thành một quả bóng.
e) Đặt quả bóng bột vào một cái bát.
f) Đậy bát bằng khăn bếp ẩm.
g) Để bột nghỉ 48 tiếng cho bột lên men.
h) Thêm một vài thìa cà phê nước ấm, nhào lại và phủ khăn bếp ẩm lên một lần nữa.
i) Men nên được làm mới mỗi tuần.

ĐỐI VỚI BÁNH MÌ:

j) Đặt tất cả nguyên liệu làm bột vào máy trộn công suất lớn.
k) Bật máy trộn và nhào trong 15 đến 20 phút.
l) Chuyển bột sang mặt bàn hoặc bề mặt phẳng.
m) Chia bột thành từng viên có đường kính khoảng 5cm.
n) Để tạo hình thủ công, lăn từng quả bóng trên bề mặt đã rắc bột mì thành các dải dài khoảng 30 cm.

o) Dùng lòng bàn tay ấn khối bột giống như bánh strudel, đồng thời cán bột thành những chiếc sừng hình nón.
p) Bện các cặp cuộn như vậy lại với nhau để có hình dáng đặc trưng của cặp (bốn sừng hình nón đan xen ở giữa).
q) Khi đã tạo hình xong, chuyển các cặp lên tấm gỗ.
r) Che các cặp vợ chồng bằng một chiếc khăn bếp ướt.
s) Để yên trong 1 giờ đến 1 tiếng rưỡi.
t) Làm nóng lò ở nhiệt độ 375°F.
u) Nướng các cặp cho đến khi vàng nâu.
v) Lấy Coppia Ferrarese ra khỏi lò và trượt lên giá lưới để nguội.
w) Coppia Ferrarese đã sẵn sàng để được phục vụ.

5.Bánh mì Pumpernickel và lúa mạch đen

THÀNH PHẦN:

- 1 chén bột lúa mạch đen
- 1 cốc bột mì đa dụng
- 1/2 chén bột bí ngô
- 2 thìa cà phê bột nở
- 1 thìa cà phê muối
- 1 muỗng cà phê hạt caraway
- 1/4 cốc bơ không muối, tan chảy
- 3/4 cốc sữa

HƯỚNG DẪN:

a) Làm nóng lò ở nhiệt độ 375°F (190°C). Dòng một tấm nướng bánh bằng giấy giấy da.

b) Trong một tô lớn, trộn đều bột lúa mạch đen, bột mì đa dụng, bột mì Pumpernickel, bột nở, muối và hạt caraway.

c) Trong một bát riêng, trộn bơ tan chảy và sữa. Đổ nguyên liệu ướt vào nguyên liệu khô và khuấy đều cho đến khi bột quyện lại với nhau.

d) Đổ khối bột ra mặt phẳng đã rắc chút bột mì rồi nhào vài lần cho đến khi mịn.

e) Chia bột thành 12 phần bằng nhau và cán từng miếng thành que bánh mì dài 6 inch (15 cm).

f) Đặt các que bánh mì lên khay nướng đã chuẩn bị sẵn và nướng trong 15-18 phút hoặc cho đến khi có màu vàng nâu.

g) Để bánh mì nguội một chút trước khi dùng.

6.Bánh mì hương thảo và húng tây

THÀNH PHẦN:

- 2 1/4 chén bột mì đa dụng
- 2 thìa cà phê bột nở
- 1 thìa cà phê muối
- 1 muỗng canh hương thảo tươi, thái nhỏ
- 1 muỗng canh lá húng tây tươi
- 1/4 cốc bơ không muối, tan chảy
- 3/4 cốc sữa

HƯỚNG DẪN:

a) Làm nóng lò ở nhiệt độ 375°F (190°C). Dòng một tấm nướng bánh bằng giấy giấy da.

b) Trong một tô lớn, trộn đều bột mì, bột nở, muối, hương thảo tươi và lá húng tây tươi.

c) Trong một bát riêng, trộn bơ tan chảy và sữa. Đổ nguyên liệu ướt vào nguyên liệu khô và khuấy đều cho đến khi bột quyện lại với nhau.

d) Đổ khối bột ra mặt phẳng đã rắc chút bột mì rồi nhào vài lần cho đến khi mịn.

e) Chia bột thành 12 phần bằng nhau và cán từng miếng thành que bánh mì dài 6 inch (15 cm).

f) Đặt các que bánh mì lên khay nướng đã chuẩn bị sẵn và nướng trong 15-18 phút hoặc cho đến khi có màu vàng nâu.

g) Để bánh mì nguội một chút trước khi dùng.

7.Bánh mì xô thơm

THÀNH PHẦN:

- 2 1/4 chén bột mì đa dụng
- 2 thìa cà phê bột nở
- 1 thìa cà phê muối
- 1 muỗng canh cây xô thơm tươi, thái nhỏ
- 1/4 cốc bơ không muối, tan chảy
- 3/4 cốc sữa

HƯỚNG DẪN:

a) Làm nóng lò ở nhiệt độ 375°F (190°C). Dòng một tấm nướng bánh bằng giấy giấy da.

b) Trong một tô lớn, trộn đều bột mì, bột nở, muối và cây xô thơm tươi.

c) Trong một bát riêng, trộn bơ tan chảy và sữa. Đổ nguyên liệu ướt vào nguyên liệu khô và khuấy đều cho đến khi bột quyện lại với nhau.

d) Đổ khối bột ra mặt phẳng đã rắc chút bột mì rồi nhào vài lần cho đến khi mịn.

e) Chia bột thành 12 phần bằng nhau và cán từng miếng thành que bánh mì dài 6 inch (15 cm).

f) Đặt các que bánh mì lên khay nướng đã chuẩn bị sẵn và nướng trong 15-18 phút hoặc cho đến khi có màu vàng nâu.

g) Để bánh mì nguội một chút trước khi dùng.

8.Bánh mì que mềm với hạt thì là

THÀNH PHẦN:

- 2 1/4 chén bột mì đa dụng
- 2 thìa cà phê bột nở
- 1 thìa cà phê muối
- 2 muỗng canh hạt thì là
- 1/4 cốc bơ không muối, tan chảy
- 3/4 cốc sữa

HƯỚNG DẪN:

a) Làm nóng lò ở nhiệt độ 375°F (190°C). Dòng một tấm nướng bánh bằng giấy giấy da.

b) Trong một tô lớn, trộn đều bột mì, bột nở, muối và hạt thì là.

c) Trong một bát riêng, trộn bơ tan chảy và sữa. Đổ nguyên liệu ướt vào nguyên liệu khô và khuấy đều cho đến khi bột quyện lại với nhau.

d) Đổ khối bột ra mặt phẳng đã rắc chút bột mì rồi nhào vài lần cho đến khi mịn.

e) Chia bột thành 12 phần bằng nhau và cán từng miếng thành que bánh mì dài 6 inch (15 cm).

f) Đặt các que bánh mì lên khay nướng đã chuẩn bị sẵn và nướng trong 15-18 phút hoặc cho đến khi có màu vàng nâu.

g) Để bánh mì nguội một chút trước khi dùng.

9.Bánh mì gạo hoang dã

THÀNH PHẦN:

- 1 chén cơm hoang nấu chín
- 2 1/4 chén bột mì đa dụng
- 2 thìa cà phê bột nở
- 1 thìa cà phê muối
- 1/4 cốc bơ không muối, tan chảy
- 3/4 cốc sữa

HƯỚNG DẪN:

a) Làm nóng lò ở nhiệt độ 375°F (190°C). Dòng một tấm nướng bánh bằng giấy giấy da.

b) Trong một tô lớn, trộn gạo đã nấu chín, bột mì, bột nở và muối.

c) Trong một bát riêng, trộn bơ tan chảy và sữa. Đổ nguyên liệu ướt vào nguyên liệu khô và khuấy đều cho đến khi bột quyện lại với nhau.

d) Đổ khối bột ra mặt phẳng đã rắc chút bột mì rồi nhào vài lần cho đến khi mịn.

e) Chia bột thành 12 phần bằng nhau và cán từng miếng thành que bánh mì dài 6 inch (15 cm).

f) Đặt các que bánh mì lên khay nướng đã chuẩn bị sẵn và nướng trong 15-18 phút hoặc cho đến khi có màu vàng nâu.

g) Để bánh mì nguội một chút trước khi dùng.

10.Bánh mì que hành tây-thì là

THÀNH PHẦN:

- 2 1/4 chén bột mì đa dụng
- 2 thìa cà phê bột nở
- 1 thìa cà phê muối
- 1/2 chén hành tây thái nhỏ
- 1 muỗng canh hạt thì là
- 1/4 cốc bơ không muối, tan chảy
- 3/4 cốc sữa

HƯỚNG DẪN:

a) Làm nóng lò ở nhiệt độ 375°F (190°C). Dòng một tấm nướng bánh bằng giấy giấy da.
b) Trong một tô lớn, trộn đều bột mì, bột nở và muối.
c) Thêm hành tây thái nhỏ và hạt thì là vào nguyên liệu khô và trộn đều.
d) Trong một bát riêng, trộn bơ tan chảy và sữa. Đổ nguyên liệu ướt vào nguyên liệu khô và khuấy đều cho đến khi bột quyện lại với nhau.
e) Đổ khối bột ra mặt phẳng đã rắc chút bột mì rồi nhào vài lần cho đến khi mịn.
f) Chia bột thành 12 phần bằng nhau và cán từng miếng thành que bánh mì dài 6 inch (15 cm).
g) Đặt các que bánh mì lên khay nướng đã chuẩn bị sẵn và nướng trong 15-18 phút hoặc cho đến khi có màu vàng nâu.
h) Để bánh mì nguội một chút trước khi dùng.

11.Bánh mì que Pepperoni

THÀNH PHẦN:

- 2 1/4 chén bột mì đa dụng
- 2 thìa cà phê bột nở
- 1 thìa cà phê muối
- 1 muỗng cà phê gia vị Ý khô
- 1/2 chén pepperoni thái nhỏ
- 1/4 cốc bơ không muối, tan chảy
- 3/4 cốc sữa

HƯỚNG DẪN:

a) Làm nóng lò ở nhiệt độ 375°F (190°C). Dòng một tấm nướng bánh bằng giấy giấy da.

b) Trong một tô lớn, trộn đều bột mì, bột nở, muối và gia vị khô của Ý.

c) Thêm pepperoni thái nhỏ vào nguyên liệu khô và trộn đều.

d) Trong một bát riêng, trộn bơ tan chảy và sữa. Đổ nguyên liệu ướt vào nguyên liệu khô và khuấy đều cho đến khi bột quyện lại với nhau.

e) Đổ khối bột ra mặt phẳng đã rắc chút bột mì rồi nhào vài lần cho đến khi mịn.

f) Chia bột thành 12 phần bằng nhau và cán từng miếng thành que bánh mì dài 6 inch (15 cm).

g) Đặt các que bánh mì lên khay nướng đã chuẩn bị sẵn và nướng trong 15-18 phút hoặc cho đến khi có màu vàng nâu.

h) Để bánh mì nguội một chút trước khi dùng.

12.Bánh mì bọc Prosciutto với quả sung

THÀNH PHẦN:

- 12 bánh mì que (mua ở cửa hàng hoặc tự làm)
- 6 lát prosciutto, cắt làm đôi theo chiều dọc
- 6 quả sung khô, cắt làm đôi

HƯỚNG DẪN:

a) Làm nóng lò ở nhiệt độ 375°F (190°C). Dòng một tấm nướng bánh bằng giấy giấy da.
b) Bọc mỗi chiếc bánh mì với một nửa lát prosciutto.
c) Đặt một nửa quả sung khô lên trên mỗi chiếc bánh mì, dùng prosciutto cố định lại.
d) Xếp các que bánh mì đã bọc lên khay nướng đã chuẩn bị sẵn và nướng trong vòng 10-12 phút hoặc cho đến khi miếng prosciutto giòn.
e) Để bánh mì nguội một chút trước khi dùng.

13.Bánh mì dầu ô liu cơ bản

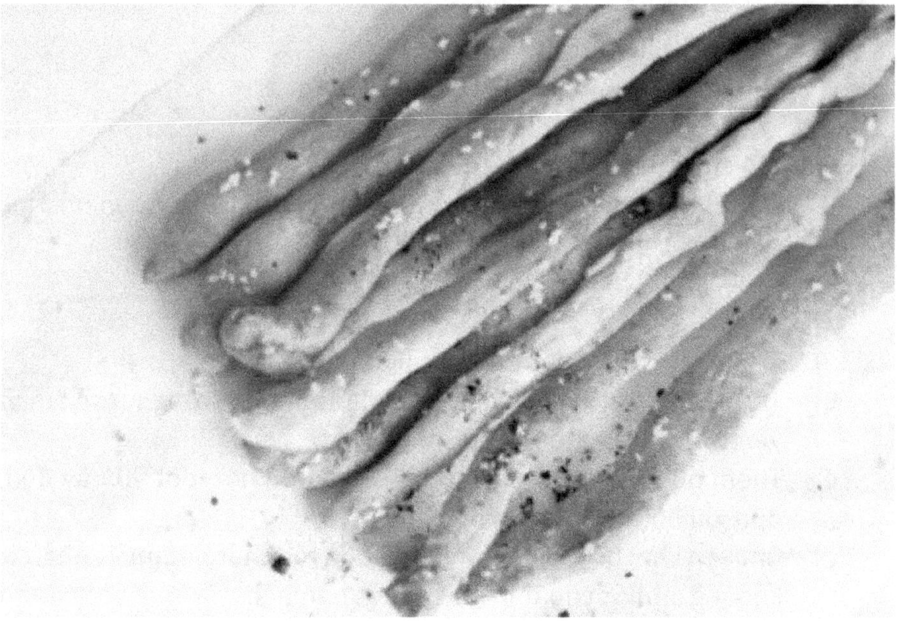

THÀNH PHẦN:

- 2 chén bột mì đa dụng
- 1 thìa cà phê muối
- 1 thìa cà phê đường
- 1 muỗng canh men khô hoạt tính
- 1/2 cốc nước ấm
- 1/4 chén dầu ô liu
- Lớp phủ tùy chọn: muối thô, thảo mộc khô (chẳng hạn như hương thảo hoặc húng tây)

HƯỚNG DẪN:

a) Trong một tô trộn, trộn bột mì, muối và đường.
b) Trong một bát nhỏ riêng biệt, hòa tan men trong nước ấm và để yên trong 5 phút cho đến khi nổi bọt.
c) Thêm hỗn hợp men và dầu ô liu vào hỗn hợp bột. Khuấy đều cho đến khi bột quyện lại với nhau.
d) Chuyển khối bột sang một bề mặt đã rắc chút bột mì và nhào trong khoảng 5 phút cho đến khi mịn và đàn hồi.
e) Cho bột vào tô đã phết dầu mỡ, phủ khăn bếp sạch lên và để bột nở ở nơi ấm áp trong khoảng 1 giờ hoặc cho đến khi bột nở gấp đôi.
f) Làm nóng lò ở nhiệt độ 375°F (190°C).
g) Đấm bột và chia thành các phần bằng nhau.
h) Cuộn từng phần thành hình bánh mì mỏng.
i) Đặt các que bánh mì lên khay nướng có lót giấy da.
j) Tùy chọn, phết dầu ô liu lên bánh mì và rắc muối thô hoặc thảo mộc khô.
k) Nướng trong 12-15 phút hoặc cho đến khi có màu vàng nâu.
l) Để bánh mì nguội trước khi dùng.

14.Bánh mỳ que tiêu đen & Cheddar

THÀNH PHẦN:

- 2 1/4 chén bột mì đa dụng
- 2 thìa cà phê bột nở
- 1 thìa cà phê muối
- 1/2 thìa cà phê tiêu đen
- 1 chén phô mai cheddar cắt nhỏ
- 1/4 cốc bơ không muối, tan chảy
- 3/4 cốc sữa

HƯỚNG DẪN:

a) Làm nóng lò ở nhiệt độ 375°F (190°C). Dòng một tấm nướng bánh bằng giấy giấy da.
b) Trong một tô lớn, trộn đều bột mì, bột nở, muối và tiêu đen.
c) Thêm phô mai cheddar cắt nhỏ vào nguyên liệu khô và trộn đều.
d) Trong một bát riêng, trộn bơ tan chảy và sữa. Đổ nguyên liệu ướt vào nguyên liệu khô và khuấy đều cho đến khi bột quyện lại với nhau.
e) Đổ khối bột ra mặt phẳng đã rắc chút bột mì rồi nhào vài lần cho đến khi mịn.
f) Chia bột thành 12 phần bằng nhau và cán từng miếng thành que bánh mì dài 6 inch (15 cm).
g) Đặt các que bánh mì lên khay nướng đã chuẩn bị sẵn và nướng trong 15-18 phút hoặc cho đến khi có màu vàng nâu.
h) Để bánh mì nguội một chút trước khi dùng.

15.Bánh mì thịt xông khói ớt

THÀNH PHẦN:
2 1/4 chén bột mì đa dụng
2 thìa cà phê bột nở
1 thìa cà phê muối
1 thìa ớt bột
1/2 chén thịt xông khói nấu chín và vụn
1/4 cốc bơ không muối, tan chảy
3/4 cốc sữa

a) **HƯỚNG DẪN:**
b) Làm nóng lò ở nhiệt độ 375°F (190°C). Dòng một tấm nướng bánh bằng giấy giấy da.
c) Trong một tô lớn, trộn đều bột mì, bột nở, muối và bột ớt.
d) Thêm thịt xông khói đã nấu chín và vụn vào nguyên liệu khô và trộn đều.
e) Trong một bát riêng, trộn bơ tan chảy và sữa. Đổ nguyên liệu ướt vào nguyên liệu khô và khuấy đều cho đến khi bột quyện lại với nhau.
f) Đổ khối bột ra mặt phẳng đã rắc chút bột mì rồi nhào vài lần cho đến khi mịn.
g) Chia bột thành 12 phần bằng nhau và cán từng miếng thành que bánh mì dài 6 inch (15 cm).
h) Đặt các que bánh mì lên khay nướng đã chuẩn bị sẵn và nướng trong 15-18 phút hoặc cho đến khi có màu vàng nâu.
i) Để bánh mì nguội một chút trước khi dùng.

16.Bánh mì thì là và muối thô

THÀNH PHẦN:

- 2 1/4 chén bột mì đa dụng
- 2 thìa cà phê bột nở
- 1 thìa cà phê muối
- 1 muỗng canh hạt thì là
- 2 muỗng canh muối thô
- 1/4 cốc bơ không muối, tan chảy
- 3/4 cốc sữa

HƯỚNG DẪN:

a) Làm nóng lò ở nhiệt độ 375°F (190°C). Dòng một tấm nướng bánh bằng giấy giấy da.
b) Trong một tô lớn, trộn đều bột mì, bột nở, muối và hạt thì là.
c) Trong một bát riêng, trộn bơ tan chảy và sữa. Đổ nguyên liệu ướt vào nguyên liệu khô và khuấy đều cho đến khi bột quyện lại với nhau.
d) Đổ khối bột ra mặt phẳng đã rắc chút bột mì rồi nhào vài lần cho đến khi mịn.
e) Chia bột thành 12 phần bằng nhau và cán từng miếng thành que bánh mì dài 6 inch (15 cm).
f) Đặt các que bánh mì lên khay nướng đã chuẩn bị sẵn. Rắc muối thô lên que bánh mì.
g) Nướng trong 15-18 phút, hoặc cho đến khi có màu vàng nâu.
h) Để bánh mì nguội một chút trước khi dùng.

17.Bánh mì phô mai Kraft

THÀNH PHẦN:

- 2 1/4 chén bột mì đa dụng
- 2 thìa cà phê bột nở
- 1 thìa cà phê muối
- 1 cốc phô mai vụn Kraft (ví dụ: cheddar, mozzarella)
- 1/4 cốc bơ không muối, tan chảy
- 3/4 cốc sữa

HƯỚNG DẪN:

a) Làm nóng lò ở nhiệt độ 375°F (190°C). Dòng một tấm nướng bánh bằng giấy giấy da.
b) Trong một tô lớn, trộn đều bột mì, bột nở và muối.
c) Thêm phô mai cắt nhỏ vào nguyên liệu khô và trộn đều.
d) Trong một bát riêng, trộn bơ tan chảy và sữa. Đổ nguyên liệu ướt vào nguyên liệu khô và khuấy đều cho đến khi bột quyện lại với nhau.
e) Đổ khối bột ra mặt phẳng đã rắc chút bột mì rồi nhào vài lần cho đến khi mịn.
f) Chia bột thành 12 phần bằng nhau và cán từng miếng thành que bánh mì dài 6 inch (15 cm).
g) Đặt các que bánh mì lên khay nướng đã chuẩn bị sẵn và nướng trong 15-18 phút hoặc cho đến khi có màu vàng nâu.
h) Để bánh mì nguội một chút trước khi dùng.

18.Bánh mì que hấp dẫn

THÀNH PHẦN:

- 2 1/4 chén bột mì đa dụng
- 2 thìa cà phê bột nở
- 1 thìa cà phê muối
- 1/2 chén hạt cắt nhỏ (ví dụ như quả óc chó, hạnh nhân)
- 1/4 cốc bơ không muối, tan chảy
- 3/4 cốc sữa

HƯỚNG DẪN:

a) Làm nóng lò ở nhiệt độ 375°F (190°C). Dòng một tấm nướng bánh bằng giấy giấy da.

b) Trong một tô lớn, trộn đều bột mì, bột nở và muối.

c) Thêm các loại hạt cắt nhỏ vào nguyên liệu khô và trộn đều.

d) Trong một bát riêng, trộn bơ tan chảy và sữa. Đổ nguyên liệu ướt vào nguyên liệu khô và khuấy đều cho đến khi bột quyện lại với nhau.

e) Đổ khối bột ra mặt phẳng đã rắc chút bột mì rồi nhào vài lần cho đến khi mịn.

f) Chia bột thành 12 phần bằng nhau và cán từng miếng thành que bánh mì dài 6 inch (15 cm).

g) Đặt các que bánh mì lên khay nướng đã chuẩn bị sẵn và nướng trong 15-18 phút hoặc cho đến khi có màu vàng nâu.

h) Để bánh mì nguội một chút trước khi dùng.

19.Bánh mì que vườn ô liu

THÀNH PHẦN:

- 2 1/4 chén bột mì đa dụng
- 2 thìa cà phê bột nở
- 1 thìa cà phê muối
- 1 thìa cà phê bột tỏi
- 1 thìa cà phê lá oregano khô
- 1/4 cốc bơ không muối, tan chảy
- 3/4 cốc sữa

HƯỚNG DẪN:

a) Làm nóng lò ở nhiệt độ 375°F (190°C). Dòng một tấm nướng bánh bằng giấy giấy da.

b) Trong một tô lớn, trộn đều bột mì, bột nở, muối, bột tỏi và lá oregano khô.

c) Trong một bát riêng, trộn bơ tan chảy và sữa. Đổ nguyên liệu ướt vào nguyên liệu khô và khuấy đều cho đến khi bột quyện lại với nhau.

d) Đổ khối bột ra mặt phẳng đã rắc chút bột mì rồi nhào vài lần cho đến khi mịn.

e) Chia bột thành 12 phần bằng nhau và cán từng miếng thành que bánh mì dài 6 inch (15 cm).

f) Đặt các que bánh mì lên khay nướng đã chuẩn bị sẵn và nướng trong 15-18 phút hoặc cho đến khi có màu vàng nâu.

g) Để bánh mì nguội một chút trước khi dùng.

BÁNH BÁNH NHỒI

20.Một chút bánh mì cho chúng tôi

THÀNH PHẦN:

- 2 ổ bánh mỳ
- 1 lòng trắng trứng lớn
- ¼ cốc phô mai Parmesan bào
- 1 thìa cà phê lá ngải giấm khô
- 1 thìa cà phê cỏ thì là khô

HƯỚNG DẪN:

a) Đặt các ổ bánh mì lên tấm lót bột mì và vỗ từng ổ bánh thành hình chữ nhật 5x10". Dùng màng bọc thực phẩm bọc nhẹ và để nở cho đến khi phồng lên, từ 45 phút đến 1 giờ.

b) Cắt chéo từng ổ bánh thành 9 phần bằng nhau.

c) Nhặt các đầu của mỗi miếng và kéo căng nó theo chiều dài của khay nướng đã phết mỡ 12x15" rồi đặt lên chảo; nếu bột bị nhão lại, hãy để yên vài phút rồi lại căng ra.

d) Lặp lại để tạo từng que, cách nhau khoảng 1½ inch.

e) Dùng kéo ở góc 45', cắt bột để tạo các vết cắt cách nhau khoảng ½" dọc theo khoảng 4" của 1 đầu mỗi que.

21.Bánh mì que nhồi phô mai

THÀNH PHẦN:

- 1 pound bột bánh pizza
- 1 cốc phô mai mozzarella thái nhỏ
- 1/4 chén phô mai Parmesan bào
- 2 muỗng canh bơ tan chảy
- 1 thìa cà phê bột tỏi
- Nước sốt Marinara để chấm

HƯỚNG DẪN:

a) Làm nóng lò nướng của bạn ở nhiệt độ 375°F (190°C).
b) Cán bột bánh pizza thành hình chữ nhật, dày khoảng 1/4 inch.
c) Rắc đều phô mai mozzarella cắt nhỏ và phô mai Parmesan bào lên bột.
d) Cẩn thận cuộn bột thành khúc, dán kín các cạnh.
e) Cắt khúc gỗ thành lát 1 inch và đặt chúng lên khay nướng có lót giấy da.
f) Trong một bát nhỏ, trộn bơ tan chảy và bột tỏi. Quét hỗn hợp này lên mặt trên của bánh mì que.
g) Nướng trong lò làm nóng trước khoảng 15-20 phút, hoặc cho đến khi có màu vàng nâu.
h) Ăn nóng với nước sốt marinara để chấm.

22.Bánh mỳ Jalapeno

THÀNH PHẦN:

- 2 1/4 chén bột mì đa dụng
- 2 thìa cà phê bột nở
- 1 thìa cà phê muối
- 2 quả ớt jalapeno, bỏ hạt và thái nhỏ
- 1/4 cốc bơ không muối, tan chảy
- 3/4 cốc sữa

HƯỚNG DẪN:

a) Làm nóng lò ở nhiệt độ 375°F (190°C). Dòng một tấm nướng bánh bằng giấy giấy da.
b) Trong một tô lớn, trộn đều bột mì, bột nở, muối và ớt jalapeno cắt nhỏ.
c) Trong một bát riêng, trộn bơ tan chảy và sữa. Đổ nguyên liệu ướt vào nguyên liệu khô và khuấy đều cho đến khi bột quyện lại với nhau.
d) Đổ khối bột ra mặt phẳng đã rắc chút bột mì rồi nhào vài lần cho đến khi mịn.
e) Chia bột thành 12 phần bằng nhau và cán từng miếng thành que bánh mì dài 6 inch (15 cm).
f) Đặt các que bánh mì lên khay nướng đã chuẩn bị sẵn và nướng trong 15-18 phút hoặc cho đến khi có màu vàng nâu.
g) Để bánh mì nguội một chút trước khi dùng.

23.Bánh mì que nhồi Pepperoni

THÀNH PHẦN:

- 1 pound bột bánh pizza
- 1 cốc phô mai mozzarella thái nhỏ
- 1/4 chén pepperoni cắt nhỏ
- 2 muỗng canh bơ tan chảy
- 1 thìa cà phê gia vị Ý
- Nước sốt Marinara để chấm

HƯỚNG DẪN:

a) Làm nóng lò nướng của bạn ở nhiệt độ 375°F (190°C).
b) Cán bột bánh pizza thành hình chữ nhật, dày khoảng 1/4 inch.
c) Rắc đều phô mai mozzarella thái nhỏ lên trên mặt bột.
d) Rắc pepperoni cắt nhỏ lên trên phô mai.
e) Cẩn thận cuộn bột thành khúc, dán kín các cạnh.
f) Cắt khúc gỗ thành lát 1 inch và đặt chúng lên khay nướng có lót giấy da.
g) Trong một bát nhỏ, trộn bơ tan chảy và gia vị Ý. Quét hỗn hợp này lên mặt trên của bánh mì que.
h) Nướng trong lò làm nóng trước khoảng 15-20 phút, hoặc cho đến khi có màu vàng nâu.
i) Ăn nóng với nước sốt marinara để chấm.

24.Bánh mì que nhồi rau bina và Feta

THÀNH PHẦN:

- 1 pound bột bánh pizza
- 1 chén rau bina tươi xắt nhỏ
- 1/2 chén phô mai feta vụn
- 2 muỗng canh bơ tan chảy
- 1 thìa cà phê bột tỏi
- Nước sốt Marinara để chấm

HƯỚNG DẪN:

a) Làm nóng lò nướng của bạn ở nhiệt độ 375°F (190°C).
b) Cán bột bánh pizza thành hình chữ nhật, dày khoảng 1/4 inch.
c) Trải đều rau bina cắt nhỏ lên trên bột.
d) Rắc phô mai feta vụn lên trên rau bina.
e) Cẩn thận cuộn bột thành khúc, dán kín các cạnh.
f) Cắt khúc gỗ thành lát 1 inch và đặt chúng lên khay nướng có lót giấy da.
g) Trong một bát nhỏ, trộn bơ tan chảy và bột tỏi. Quét hỗn hợp này lên mặt trên của bánh mì que.
h) Nướng trong lò làm nóng trước khoảng 15-20 phút, hoặc cho đến khi có màu vàng nâu.
i) Ăn nóng với nước sốt marinara để chấm.

25.Bánh mì nhồi thịt xông khói và Cheddar

THÀNH PHẦN:

- 1 pound bột bánh pizza
- 1 chén phô mai cheddar cắt nhỏ
- 1/4 chén thịt xông khói nấu chín và vụn
- 2 muỗng canh bơ tan chảy
- 1 thìa cà phê bột hành
- Nước sốt trang trại để ngâm

HƯỚNG DẪN:

a) Làm nóng lò nướng của bạn ở nhiệt độ 375°F (190°C).
b) Cán bột bánh pizza thành hình chữ nhật, dày khoảng 1/4 inch.
c) Rắc đều phô mai cheddar cắt nhỏ lên bột.
d) Rắc thịt xông khói đã nấu chín và vụn lên trên phô mai.
e) Cẩn thận cuộn bột thành khúc, dán kín các cạnh.
f) Cắt khúc gỗ thành lát 1 inch và đặt chúng lên khay nướng có lót giấy da.
g) Trong một bát nhỏ, trộn bơ tan chảy và bột hành tây. Quét hỗn hợp này lên mặt trên của bánh mì que.
h) Nướng trong lò làm nóng trước khoảng 15-20 phút, hoặc cho đến khi có màu vàng nâu.
i) Ăn nóng với nước sốt trang trại để chấm.

GRISSINI

26.Grissini cổ điển

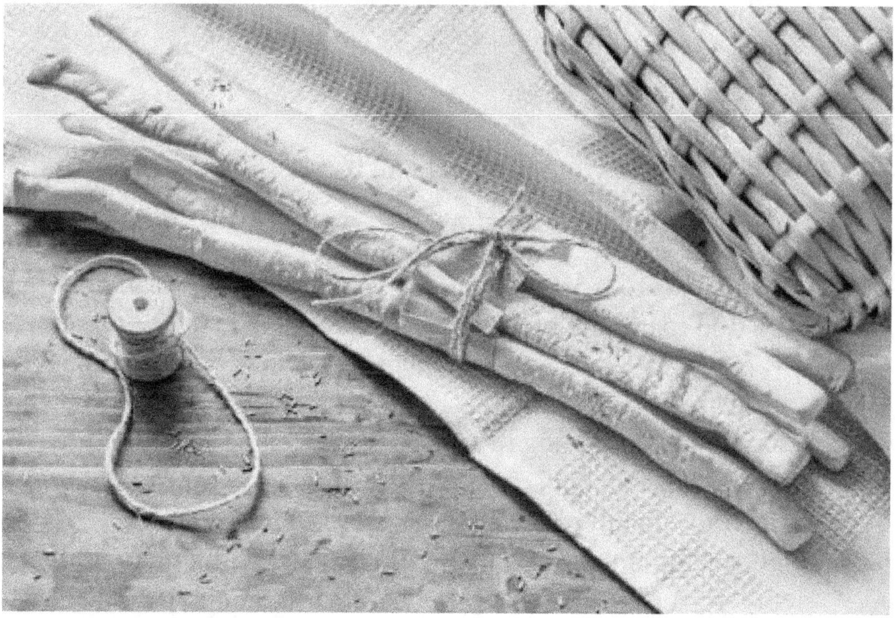

THÀNH PHẦN:

- 2 chén bột mì
- 1 thìa cà phê muối
- 1 thìa cà phê đường
- 1 muỗng canh dầu ô liu
- ¾ cốc nước ấm
- Tùy chọn: hạt vừng hoặc hạt anh túc để rắc

HƯỚNG DẪN:

a) Trong một tô trộn, trộn bột mì, muối và đường. Trộn đều để phân bố đều các thành phần.

b) Tạo một cái giếng ở giữa nguyên liệu khô rồi đổ dầu ô liu và nước ấm vào.

c) Khuấy hỗn hợp bằng thìa gỗ hoặc tay cho đến khi tạo thành bột.

d) Chuyển bột sang bề mặt đã rắc bột mì và nhào khoảng 5 - 7 phút cho đến khi bột mịn và đàn hồi.

e) Chia bột thành những phần nhỏ hơn. Lấy từng phần một và cuộn thành hình sợi dây mỏng, đường kính khoảng ¼ inch.

f) Cắt bột đã cán thành những thanh dài 8-10 inch. Bạn có thể làm cho chúng ngắn hơn hoặc dài hơn tùy theo sở thích của bạn.

g) Đặt các que grissini lên khay nướng có lót giấy da. Chừa một khoảng trống giữa các que để chúng có thể nở ra.

h) Nếu muốn, bạn có thể phết dầu ô liu lên que grissini và rắc hạt vừng hoặc hạt anh túc lên trên để tăng thêm hương vị và kết cấu.

i) Làm nóng lò nướng của bạn ở nhiệt độ 400°F (200°C).

j) Để que grissini nghỉ và nở trong khoảng 15-20 phút.

k) Nướng grissini trong lò làm nóng trước khoảng 15-20 phút hoặc cho đến khi chúng chuyển sang màu nâu vàng và giòn.

l) Sau khi nướng xong, lấy grissini ra khỏi lò và để nguội trên giá lưới.

27.Tỏi thảo mộc Grissini

THÀNH PHẦN:

- 1 ổ bánh mì Pháp, (8 ounce)
- 1 muỗng canh dầu ô liu
- 1 tép tỏi, giảm một nửa
- ¾ muỗng cà phê lá oregano khô
- ¾ muỗng cà phê húng quế khô
- ⅛ thìa cà phê muối

HƯỚNG DẪN:

a) Cắt bánh mì làm đôi theo chiều ngang và cắt từng miếng làm đôi theo chiều ngang.

b) Quét đều dầu lên các mặt cắt của bánh mì; chà xát với tỏi. Rắc lá oregano, húng quế và muối lên bánh mì. Cắt từng miếng bánh mì theo chiều dọc thành 3 que.

c) Đặt các que bánh mì lên khay nướng; nướng ở 300 độ trong 25 phút hoặc cho đến khi giòn.

28.Hương thảo và Parmesan Grissini

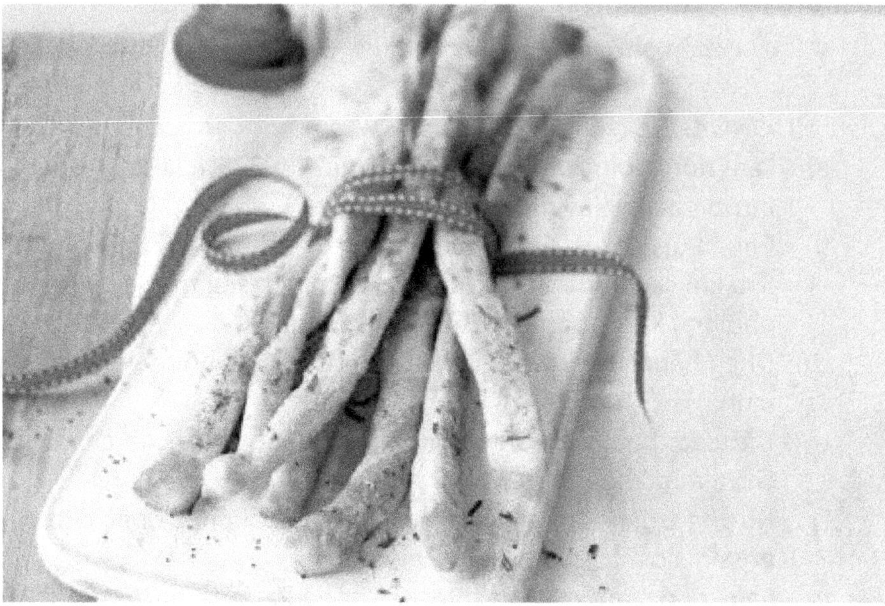

THÀNH PHẦN:

- Bột grissini cổ điển (xem công thức ở trên)
- 2 muỗng canh hương thảo tươi xắt nhỏ
- 1/4 chén phô mai Parmesan bào

HƯỚNG DẪN:

a) Làm nóng lò nướng của bạn ở nhiệt độ 375°F (190°C) và lót khay nướng bằng giấy da.

b) Chuẩn bị bột grissini cổ điển theo công thức bạn đã chọn.

c) Sau khi cán bột thành từng que, rắc lá hương thảo tươi cắt nhỏ và phô mai Parmesan bào đều lên từng que.

d) Nhẹ nhàng ấn hương thảo và Parmesan vào bột để giúp chúng kết dính.

e) Đặt các thanh bột đã chuẩn bị lên khay nướng đã chuẩn bị sẵn, chừa một khoảng trống giữa mỗi thanh.

f) Nướng trong lò làm nóng trước từ 12-15 phút hoặc cho đến khi grissini có màu nâu vàng và giòn.

g) Sau khi nướng xong, lấy Rosemary và Parmesan Grissini ra khỏi lò và để chúng nguội một chút trên khay nướng.

h) Phục vụ món grissini như một món khai vị hoặc món ăn nhẹ ngon miệng, có thể dùng riêng hoặc với các món chấm hoặc phết yêu thích của bạn.

29.Hạt Mè Grissini

THÀNH PHẦN:

- Bột grissini cổ điển (xem công thức ở trên)
- 1/4 chén hạt vừng

HƯỚNG DẪN:

a) Làm nóng lò nướng của bạn ở nhiệt độ 375°F (190°C) và lót khay nướng bằng giấy da.
b) Chuẩn bị bột grissini cổ điển theo công thức bạn đã chọn.
c) Sau khi cán bột thành từng thanh, trải hạt vừng lên đĩa hoặc bề mặt phẳng.
d) Lăn từng thanh bột vào hạt mè, đảm bảo chúng được phủ đều.
e) Đặt các thanh bột đã phủ vừng lên khay nướng đã chuẩn bị sẵn, chừa một khoảng trống giữa mỗi thanh.
f) Nướng trong lò làm nóng trước từ 12-15 phút hoặc cho đến khi grissini có màu nâu vàng và giòn.
g) Sau khi nướng xong, lấy grissini ra khỏi lò và để chúng nguội một chút trên khay nướng.
h) Phục vụ Sesame Seed Grissini như một món ăn nhẹ ngon miệng hoặc cùng với các món chấm hoặc phết yêu thích của bạn.

bánh quy xoắn

30.Bánh quy xoắn Alsatian

THÀNH PHẦN:

- 4 chén bột mì đa dụng
- 2 thìa cà phê muối
- 2 thìa cà phê đường
- 2 ¼ thìa cà phê men khô hoạt động
- 1 cốc nước ấm
- 4 muỗng canh bơ không muối, làm mềm
- Muối thô, để phủ lên trên

ĐỐI VỚI DUNG DỊCH KIỀM (TÙY CHỌN):

- 4 cốc nước
- 2 thìa baking soda

HƯỚNG DẪN:

a) Trong một tô trộn lớn, trộn bột mì, muối và đường. Trộn đều để phân bố đều các thành phần.

b) Trong một bát nhỏ, hòa tan men trong nước ấm. Để yên trong khoảng 5 phút cho đến khi nó nổi bọt.

c) Đổ hỗn hợp men vào tô cùng với nguyên liệu khô. Thêm bơ đã làm mềm vào. Khuấy hỗn hợp bằng thìa gỗ hoặc tay cho đến khi tạo thành bột.

d) Chuyển bột lên một bề mặt đã rắc chút bột mì và nhào trong khoảng 8-10 phút cho đến khi bột mịn và đàn hồi.

e) Đặt bột vào một cái tô có phết một ít dầu mỡ và phủ khăn bếp sạch hoặc màng bọc thực phẩm lên trên. Để nó nở ở nơi ấm áp, không có gió lùa trong khoảng 1 đến 1 tiếng rưỡi hoặc cho đến khi nó nở gấp đôi.

f) Làm nóng lò nướng của bạn ở nhiệt độ 230°C (450°F) và lót khay nướng bằng giấy da.

g) Đấm khối bột nổi lên để thoát khí. Chia bột thành các phần có kích thước bằng nhau và cuộn từng phần thành một sợi dây dài, dài khoảng 40-50 cm (16-20 inch).

h) Để tạo hình bánh quy xoắn, tạo từng sợi dây thành hình chữ U. Bắt chéo các đầu lên nhau hai lần, sau đó ấn hai đầu vào đường cong dưới cùng của hình chữ U để tạo hình bánh quy xoắn cổ điển. Đặt bánh quy lên khay nướng đã chuẩn bị sẵn.

i) Nếu muốn, hãy chuẩn bị dung dịch kiềm bằng cách cho nước vào nồi lớn đun sôi. Thêm baking soda vào nước sôi. Cẩn thận nhúng từng bánh quy vào dung dịch kiềm sôi trong khoảng 10 giây, sau đó đặt lại vào khay nướng. Bước này giúp bánh quy có lớp vỏ sẫm màu và bóng đặc trưng. Ngoài ra, bạn có thể bỏ qua bước này để có vỏ bánh có màu nhạt hơn.
j) Rắc muối thô một cách hào phóng lên bánh quy.
k) Nướng Bretzel d'Alsace trong lò làm nóng trước khoảng 12-15 phút hoặc cho đến khi chúng chuyển sang màu nâu vàng.
l) Lấy bánh quy ra khỏi lò và để nguội trên giá lưới trước khi dùng.

31.Giọt Pretzel giòn

The picture can't be displayed.

THÀNH PHẦN:

- 2 cốc bánh quy xoắn, hơi nghiền nát
- 1 chén đậu phộng không muối hoặc các loại hạt hỗn hợp
- 1 cốc bánh quy nhỏ
- 1 cốc ngũ cốc ngô
- 1/4 cốc bơ không muối, tan chảy
- 1 muỗng canh sốt Worcestershire
- 1 thìa cà phê bột tỏi
- 1 thìa cà phê bột hành
- 1/2 thìa cà phê ớt bột
- 1/4 muỗng cà phê ớt cayenne (tùy chọn)

HƯỚNG DẪN:

a) Làm nóng lò ở nhiệt độ 250°F (120°C). Dòng một tấm nướng bánh bằng giấy giấy da.
b) Trong một tô lớn, trộn các miếng bánh quy xoắn, đậu phộng, bánh quy nhỏ và các miếng ngũ cốc ngô.
c) Trong một bát nhỏ riêng biệt, trộn đều bơ tan chảy, sốt Worcestershire, bột tỏi, bột hành tây, ớt bột và ớt cayenne (nếu dùng).
d) Đổ hỗn hợp bơ lên trên hỗn hợp bánh quy cây và trộn đều.
e) Trải đều hỗn hợp bánh quy cây đã tráng lên khay nướng đã chuẩn bị sẵn.
f) Nướng trong lò làm nóng trước khoảng 1 giờ, khuấy 15 phút một lần cho đến khi bánh quy giòn và có màu vàng nâu.
g) Lấy ra khỏi lò và để nguội hoàn toàn trước khi dùng.

32.bánh quy cà ri

THÀNH PHẦN:

- 2 cốc xoắn bánh quy xoắn
- 2 muỗng canh bơ không muối, tan chảy
- 1 thìa bột cà ri
- 1/2 thìa cà phê bột tỏi
- 1/2 thìa cà phê bột hành
- 1/4 muỗng cà phê ớt cayenne (tùy chọn)
- Muối để nếm

HƯỚNG DẪN:

a) Làm nóng lò ở nhiệt độ 325°F (160°C). Dòng một tấm nướng bánh bằng giấy giấy da.

b) Trong một tô lớn, trộn các vòng xoắn bánh quy xoắn, bơ tan chảy, bột cà ri, bột tỏi, bột hành, ớt cayenne (nếu dùng) và muối. Đảo đều để bánh quy phủ đều.

c) Trải một lớp bánh quy đã tráng lên khay nướng đã chuẩn bị sẵn.

d) Nướng trong lò làm nóng trước khoảng 10-15 phút, khuấy một hoặc hai lần cho đến khi bánh quy nướng và có mùi thơm.

e) Lấy ra khỏi lò và để nguội hoàn toàn trước khi dùng.

33.bánh quy tráng miệng

THÀNH PHẦN:

- Thanh bánh quy xoắn hoặc xoắn
- Sô cô la tan chảy hoặc kẹo tan chảy (sô cô la sữa, đen hoặc trắng)
- Các loại đồ ăn kèm (ví dụ: rắc, hạt nghiền, dừa vụn)

HƯỚNG DẪN:

a) Dòng một tấm nướng bánh bằng giấy giấy da.
b) Làm tan chảy sô cô la hoặc kẹo theo hướng dẫn trên bao bì.
c) Nhúng từng chiếc bánh quy xoắn vào sô-cô-la tan chảy, để phần thừa chảy ra.
d) Ngay lập tức rắc các loại đồ phủ mà bạn chọn khi sô-cô-la vẫn còn ướt.
e) Đặt bánh quy đã trang trí lên khay nướng đã chuẩn bị sẵn.
f) Để sô cô la ở nhiệt độ phòng hoặc đặt khay nướng vào tủ lạnh để đông kết nhanh hơn.
g) Sau khi đặt xong, lấy ra khỏi tủ lạnh và phục vụ.

34.bánh quy espresso

THÀNH PHẦN:

- 2 chén bột mì đa dụng
- 1 muỗng canh bột espresso hòa tan
- 1 thìa cà phê muối
- 1 thìa đường
- 1 gói (2 ¼ thìa cà phê) men khô hoạt tính
- 1 cốc nước ấm
- Muối thô để rắc
- 1 quả trứng, đánh bông

HƯỚNG DẪN:

a) Trong một tô lớn, trộn bột mì, bột espresso, muối và đường.
b) Trong một bát nhỏ riêng biệt, hòa tan men trong nước ấm và để yên trong 5 phút cho đến khi men nổi bọt.
c) Đổ hỗn hợp men vào nguyên liệu khô và trộn cho đến khi tạo thành bột.
d) Đổ bột lên bề mặt đã rắc bột mì và nhào khoảng 5 phút cho đến khi mịn và đàn hồi.
e) Cho bột vào tô đã phết dầu mỡ, phủ khăn bếp sạch lên và để bột nở ở nơi ấm áp trong khoảng 1 giờ hoặc cho đến khi bột nở gấp đôi.
f) Làm nóng lò nướng của bạn ở nhiệt độ 425°F (220°C) và lót khay nướng bằng giấy da.
g) Chia bột thành từng miếng nhỏ và cuộn từng miếng thành hình sợi dây dài. Xoắn bột thành hình bánh quy xoắn.
h) Đặt bánh quy lên khay nướng đã chuẩn bị sẵn và phết trứng đã đánh lên chúng. Rắc muối thô lên trên.
i) Nướng trong 12-15 phút hoặc cho đến khi có màu vàng nâu. Để chúng nguội trước khi dùng.

35.Bánh quy Hà Lan Pennsylvania

THÀNH PHẦN:

- 2 cốc nước ấm
- 1 thìa đường
- 1 muỗng canh men khô hoạt tính
- 4 ½ chén bột mì đa dụng
- 2 thìa cà phê muối
- ¼ cốc baking soda
- Muối thô để rắc

HƯỚNG DẪN:

a) Trong một tô lớn, trộn nước ấm và đường. Rắc men lên mặt nước và để yên trong 5 phút hoặc cho đến khi nổi bọt.
b) Thêm bột mì và muối vào tô và trộn cho đến khi tạo thành bột.
c) Đổ bột lên bề mặt đã rắc bột mì và nhào khoảng 5 phút cho đến khi mịn và đàn hồi.
d) Cho bột vào tô đã phết dầu mỡ, phủ khăn bếp sạch lên và để bột nở ở nơi ấm áp trong khoảng 1 giờ hoặc cho đến khi bột nở gấp đôi.
e) Làm nóng lò nướng của bạn ở nhiệt độ 450°F (230°C) và lót khay nướng bằng giấy da.
f) Trong một nồi lớn, đun sôi nước và thêm baking soda.
g) Chia bột thành từng miếng nhỏ và cuộn từng miếng thành hình sợi dây dài. Xoắn bột thành hình bánh quy xoắn.
h) Nhúng từng chiếc bánh quy xoắn vào nước sôi có pha baking soda trong khoảng 30 giây rồi đặt chúng lên khay nướng đã chuẩn bị sẵn.
i) Rắc muối thô lên trên bánh quy xoắn.
j) Nướng trong 10-12 phút hoặc cho đến khi có màu vàng nâu. Để chúng nguội trước khi dùng.

36.Bánh quy phô mai tiêu

THÀNH PHẦN:

- 2 chén bột mì đa dụng
- 1 thìa đường
- 1 ½ thìa cà phê bột nở
- 1 thìa cà phê muối
- 1 thìa cà phê tiêu đen
- 1 chén phô mai hạt tiêu cắt nhỏ
- ½ cốc sữa
- ¼ cốc bơ không muối, tan chảy
- Muối thô để rắc

HƯỚNG DẪN:

a) Làm nóng lò nướng của bạn ở nhiệt độ 425°F (220°C) và lót khay nướng bằng giấy da.

b) Trong một tô lớn, trộn bột mì, đường, bột nở, muối, tiêu đen và phô mai cắt nhỏ.

c) Trong một bát nhỏ riêng biệt, trộn sữa và bơ tan chảy.

d) Đổ hỗn hợp sữa và bơ vào nguyên liệu khô và khuấy cho đến khi tạo thành bột.

e) Đổ bột lên bề mặt đã rắc bột mì và nhào trong vài phút cho đến khi mịn.

f) Chia bột thành từng miếng nhỏ và cuộn từng miếng thành hình sợi dây dài. Xoắn bột thành hình bánh quy xoắn.

g) Đặt bánh quy lên khay nướng đã chuẩn bị sẵn và rắc muối thô lên trên.

h) Nướng trong 12-15 phút hoặc cho đến khi có màu vàng nâu. Để chúng nguội trước khi dùng.

37.Bánh quy cây bạc hà

THÀNH PHẦN:

- 12 thanh bánh quy cây
- 1 cốc sô-cô-la trắng
- ½ thìa cà phê chiết xuất bạc hà
- Kẹo que nghiền nát để trang trí

HƯỚNG DẪN:

a) Dòng một tấm nướng bánh bằng giấy giấy da.
b) Trong một chiếc bát an toàn với lò vi sóng, làm tan chảy các viên sô cô la trắng trong khoảng thời gian 30 giây, khuấy đều ở giữa cho đến khi mịn và tan chảy.
c) Khuấy chiết xuất bạc hà vào sô cô la tan chảy.
d) Nhúng từng thanh bánh quy cây vào sô cô la tan chảy, phủ khoảng ¾ thanh.
e) Đặt các thanh bánh quy cây đã tráng lên khay nướng đã chuẩn bị sẵn và rắc kẹo que đã nghiền nát lên trên lớp phủ sô cô la.
f) Đặt khay nướng vào tủ lạnh khoảng 15-20 phút hoặc cho đến khi sô-cô-la cứng lại.
g) Sau khi cứng lại, lấy bánh quy cây ra khỏi tủ lạnh và thưởng thức.

38.Bánh quy mềm Philadelphia

THÀNH PHẦN:

- 1 ½ cốc nước ấm
- 1 thìa đường
- 2 thìa cà phê muối
- 1 gói (2 ¼ thìa cà phê) men khô hoạt tính
- 4 ½ chén bột mì đa dụng
- 4 muỗng canh bơ không muối, tan chảy
- Muối thô để rắc

HƯỚNG DẪN:

a) Trong một tô lớn, trộn nước ấm, đường và muối. Rắc men lên mặt nước và để yên trong 5 phút hoặc cho đến khi nổi bọt.

b) Thêm bột mì và bơ tan chảy vào tô và trộn cho đến khi tạo thành bột.

c) Đổ bột lên bề mặt đã rắc bột mì và nhào khoảng 5-7 phút cho đến khi mịn và đàn hồi.

d) Cho bột vào tô đã phết dầu mỡ, phủ khăn bếp sạch lên và để bột nở ở nơi ấm áp trong khoảng 1 giờ hoặc cho đến khi bột nở gấp đôi.

e) Làm nóng lò nướng của bạn ở nhiệt độ 425°F (220°C) và lót khay nướng bằng giấy da.

f) Chia bột thành từng miếng có kích thước bằng nhau và cuộn từng miếng thành hình sợi dây dài. Nặn bột thành hình bánh quy xoắn.

g) Đặt bánh quy lên khay nướng đã chuẩn bị sẵn và rắc muối thô lên trên.

h) Nướng trong 12-15 phút hoặc cho đến khi có màu vàng nâu. Để chúng nguội trước khi dùng.

39.Schokoladenpretzel (Bánh quy sô-cô-la)

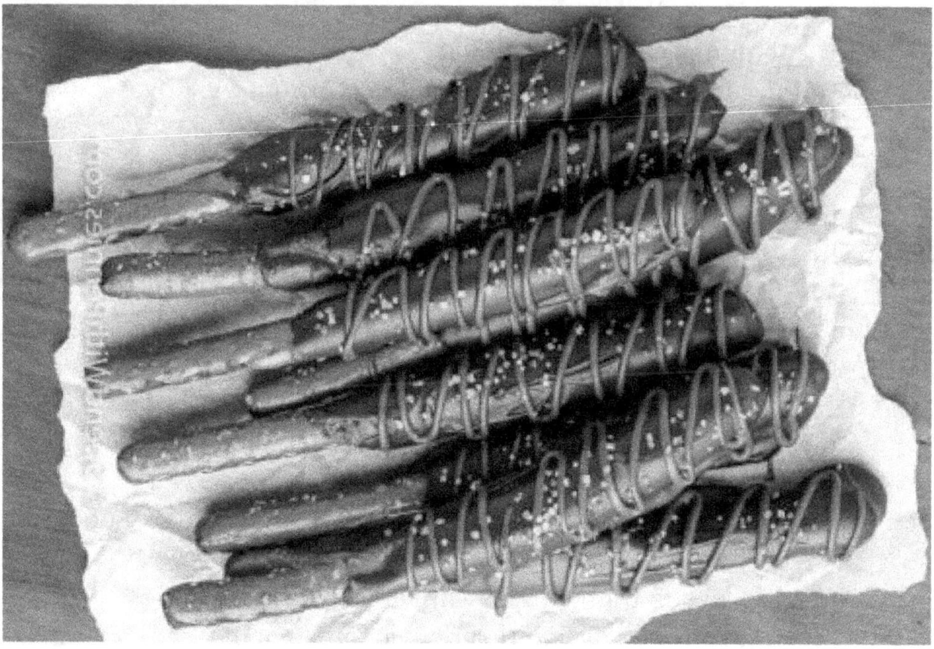

THÀNH PHẦN:

- 12 thanh xoắn hoặc thanh bánh quy xoắn
- 1 cốc sôcôla bán ngọt
- 1 muỗng canh dầu thực vật
- Các loại topping (rắc, hạt nghiền, dừa vụn, v.v.)

HƯỚNG DẪN:

a) Dòng một tấm nướng bánh bằng giấy giấy da.

b) Trong một chiếc bát an toàn với lò vi sóng, trộn sô-cô-la chip và dầu thực vật. Cho vào lò vi sóng trong khoảng thời gian 30 giây, khuấy đều cho đến khi sô cô la tan chảy hoàn toàn và mịn.

c) Nhúng từng vòng xoắn hoặc que bánh quy xoắn vào sô-cô-la tan chảy, phủ kín hoàn toàn.

d) Để sô cô la dư thừa chảy ra, sau đó đặt bánh quy cây đã tráng lên khay nướng đã chuẩn bị sẵn.

e) Trong khi sô cô la vẫn còn ướt, hãy rắc lớp phủ bạn muốn lên bánh quy xoắn.

f) Lặp lại quá trình với các bánh quy còn lại.

g) Đặt khay nướng vào tủ lạnh khoảng 20 phút hoặc cho đến khi sô-cô-la cứng lại.

h) Sau khi cứng lại, lấy bánh quy sô cô la ra khỏi tủ lạnh và thưởng thức.

40.bánh quy nhện

THÀNH PHẦN:

- 24 vòng xoắn bánh quy xoắn nhỏ
- 1 cốc sôcôla bán ngọt
- 48 đôi mắt kẹo
- 24 viên kẹo tròn nhỏ (M&Ms hoặc tương tự)

HƯỚNG DẪN:

a) Dòng một tấm nướng bánh bằng giấy giấy da.
b) Trong một chiếc bát an toàn với lò vi sóng, làm tan chảy sô cô la chip trong khoảng thời gian 30 giây, khuấy đều ở giữa cho đến khi mịn và tan chảy.
c) Nhúng từng phần bánh quy xoắn vào nửa phần sô cô la tan chảy, đảm bảo không để lại phần cuối.
d) Đặt bánh quy nhúng sô cô la lên khay nướng đã chuẩn bị sẵn.
e) Gắn hai mắt kẹo vào mỗi chiếc bánh quy cây ở gần đầu.
f) Đặt một viên kẹo tròn nhỏ ở giữa, ngay dưới mắt để tạo thân nhện.
g) Lặp lại quá trình với các bánh quy còn lại.
h) Đặt khay nướng vào tủ lạnh khoảng 20 phút hoặc cho đến khi sô-cô-la cứng lại.
i) Sau khi cứng lại, lấy bánh quy nhện ra khỏi tủ lạnh và thưởng thức.

41.Bánh quy kiều mạch

THÀNH PHẦN:

- 2 chén bột kiều mạch
- 1 cốc bột mì đa dụng
- 2 thìa cà phê muối
- 1 thìa cà phê đường
- 1 ¼ cốc nước ấm
- 2 ¼ thìa cà phê men tức thì
- Muối thô để rắc

HƯỚNG DẪN:

a) Trong một bát trộn, trộn bột kiều mạch, bột mì đa dụng, muối, đường, men và nước ấm. Trộn cho đến khi tạo thành một khối bột.
b) Nhào bột trên bề mặt đã rắc chút bột mì khoảng 5 phút cho đến khi mịn và đàn hồi.
c) Chia bột thành từng miếng có kích thước bằng nhau và cuộn từng miếng thành một sợi dây dài.
d) Định hình các sợi dây thành bánh quy xoắn bằng cách bắt chéo các đầu lại với nhau và ấn vào đường cong phía dưới.
e) Làm nóng lò ở nhiệt độ 425°F (220°C).
f) Đặt bánh quy lên khay nướng có lót giấy da.
g) Rắc bánh quy với muối thô.
h) Nướng trong lò làm nóng trước khoảng 12-15 phút hoặc cho đến khi có màu vàng nâu.
i) Lấy ra khỏi lò và để chúng nguội một chút trước khi dùng.

42.Bánh quy phủ sô cô la nhúng caramel

THÀNH PHẦN:

- Bánh quy cây
- 1 cốc caramen (chưa gói)
- 1 cốc sô-cô-la chip
- Các loại đồ ăn kèm (ví dụ: rắc, các loại hạt nghiền)

HƯỚNG DẪN:

a) Dòng một tấm nướng bánh bằng giấy giấy da.

b) Đun chảy caramen trong bát an toàn bằng lò vi sóng theo hướng dẫn trên bao bì.

c) Nhúng từng thanh bánh quy cây vào caramen tan chảy, để phần thừa chảy ra. Đặt bánh quy phủ caramel lên khay nướng đã chuẩn bị sẵn.

d) Đặt khay nướng vào tủ lạnh khoảng 15 phút để caramen định hình.

e) Trong một chiếc bát khác an toàn với lò vi sóng, làm tan chảy sô cô la chip trong lò vi sóng, khuấy đều 30 giây một lần cho đến khi mịn.

f) Nhúng từng thanh bánh quy cây phủ caramel vào sô cô la tan chảy, để phần thừa chảy ra.

g) Ngay lập tức rắc các loại đồ phủ mà bạn chọn khi sô-cô-la vẫn còn ướt.

h) Đặt bánh quy nhúng sô cô la trở lại khay nướng và để trong tủ lạnh cho đến khi sô cô la đông lại.

i) Sau khi đặt xong, lấy ra khỏi tủ lạnh và phục vụ.

43.Bánh quy sô cô la hạnh nhân

THÀNH PHẦN:

- Bánh quy cây
- 1 cốc sô-cô-la chip
- ½ cốc hạnh nhân cắt nhỏ

HƯỚNG DẪN:

a) Dòng một tấm nướng bánh bằng giấy giấy da.
b) Làm tan chảy sô-cô-la chip trong một chiếc bát an toàn bằng lò vi sóng, khuấy đều sau mỗi 30 giây cho đến khi mịn.
c) Nhúng từng thanh bánh quy cây vào sô cô la tan chảy, để phần thừa chảy ra.
d) Ngay lập tức cuộn bánh quy nhúng sô cô la vào hạnh nhân cắt nhỏ, ấn nhẹ để dính.
e) Đặt bánh quy hạnh nhân sô cô la lên khay nướng đã chuẩn bị sẵn.
f) Để sô cô la ở nhiệt độ phòng hoặc đặt khay nướng vào tủ lạnh để đông kết nhanh hơn.
g) Sau khi đặt xong, lấy ra khỏi tủ lạnh và phục vụ.

44.Bánh quy sô cô la Pretzel

THÀNH PHẦN:

- 1 cốc bơ, làm mềm
- 1 cốc đường cát
- 1 cốc đường nâu
- 2 quả trứng lớn
- 2 muỗng cà phê chiết xuất vani
- 2 ½ chén bột mì đa dụng
- ½ cốc bột cacao không đường
- 1 muỗng cà phê baking soda
- ½ muỗng cà phê muối
- 2 cốc bánh quy cắt nhỏ
- 1 cốc sô-cô-la chip

HƯỚNG DẪN:

a) Làm nóng lò ở nhiệt độ 350°F (175°C). Lót giấy nến vào khay nướng.

b) Trong một tô trộn lớn, trộn bơ, đường cát và đường nâu với nhau cho đến khi mịn và nhạt.

c) Thêm từng quả trứng vào, đánh đều sau mỗi lần thêm. Khuấy chiết xuất vani.

d) Trong một bát riêng, trộn bột mì, bột ca cao, baking soda và muối với nhau.

e) Dần dần thêm các thành phần khô vào hỗn hợp bơ và trộn cho đến khi kết hợp tốt.

f) Gấp bánh quy cắt nhỏ và sô-cô-la chip vào.

g) Thả từng thìa bột tròn lên khay nướng đã chuẩn bị sẵn, đặt chúng cách nhau khoảng 2 inch.

h) Nướng trong lò làm nóng trước khoảng 10-12 phút hoặc cho đến khi các cạnh se lại.

i) Lấy ra khỏi lò và để bánh nguội trên khay nướng trong vài phút trước khi chuyển chúng sang giá lưới để nguội hoàn toàn.

45.Bánh quy nhúng sô cô la

THÀNH PHẦN:

- Pretzel xoắn hoặc que
- 1 cốc sô-cô-la chip (sô-cô-la sữa, đen hoặc trắng)
- Các loại đồ ăn kèm (ví dụ: rắc, hạt nghiền, dừa vụn)

HƯỚNG DẪN:

a) Dòng một tấm nướng bánh bằng giấy giấy da.
b) Làm tan chảy sô-cô-la chip trong một chiếc bát an toàn bằng lò vi sóng, khuấy đều sau mỗi 30 giây cho đến khi mịn.
c) Nhúng từng chiếc bánh quy xoắn vào sô-cô-la tan chảy, để phần thừa chảy ra.
d) Đặt bánh quy nhúng sô cô la lên khay nướng đã chuẩn bị sẵn.
e) Ngay lập tức rắc các loại đồ phủ mà bạn chọn khi sô-cô-la vẫn còn ướt.
f) Đặt khay nướng vào tủ lạnh khoảng 15-20 phút để sô-cô-la đông lại.
g) Sau khi sô-cô-la đã đông lại, lấy ra khỏi tủ lạnh và thưởng thức.

46.Bánh quy thảo mộc tỏi

THÀNH PHẦN:

- 2 ¼ chén bột mì đa dụng
- 1 thìa cà phê muối
- 1 thìa đường
- 2 ¼ thìa cà phê men tức thì
- 1 cốc nước ấm
- 2 thìa baking soda
- 1/4 cốc bơ không muối, tan chảy
- 2 tép tỏi, băm nhỏ
- 1 muỗng canh các loại thảo mộc tươi thái nhỏ (ví dụ: rau mùi tây, húng tây, hương thảo)

HƯỚNG DẪN:

a) Trong một tô trộn lớn, trộn bột mì đa dụng, muối, đường và men tức thì. Trộn đều.

b) Thêm nước ấm vào nguyên liệu khô và khuấy cho đến khi tạo thành bột.

c) Chuyển bột lên bề mặt đã rắc bột mì và nhào trong khoảng 5 phút cho đến khi bột mịn và đàn hồi. Bạn cũng có thể sử dụng máy trộn đứng có gắn móc bột cho bước này.

d) Đặt bột vào một cái bát đã phết dầu mỡ và phủ khăn bếp sạch lên trên. Để nó nở ở nơi ấm áp trong khoảng 1 giờ hoặc cho đến khi nó nở gấp đôi.

e) Làm nóng lò nướng của bạn ở nhiệt độ 425°F (220°C) và lót khay nướng bằng giấy da.

f) Trong một cái đĩa cạn, trộn baking soda và nước ấm để tạo thành dung dịch.

g) Bột sau khi đã nở thì đấm xuống cho thoát khí. Chia nó thành 12 phần bằng nhau.

h) Lấy một phần bột và cuộn thành sợi dây dài khoảng 20 inch (50 cm).

i) Tạo hình khối bột thành bánh quy xoắn bằng cách tạo thành hình chữ U, bắt chéo các đầu lại với nhau, sau đó xoắn chúng lại và ấn chúng xuống đáy hình chữ U.

j) Nhúng từng bánh quy cây vào dung dịch baking soda, đảm bảo cả hai mặt đều được phủ đều. Bước này giúp bánh quy có kết cấu dai đặc trưng.
k) Đặt bánh quy đã nhúng lên khay nướng đã chuẩn bị sẵn.
l) Trong một bát nhỏ, trộn bơ tan chảy, tỏi băm và các loại thảo mộc tươi cắt nhỏ.
m) Quét đều hỗn hợp bơ và thảo mộc lên từng chiếc bánh quy xoắn, đảm bảo tất cả các bề mặt đều được phủ đều.
n) Nướng bánh quy trong lò làm nóng trước khoảng 12-15 phút hoặc cho đến khi chúng chuyển sang màu nâu vàng.
o) Lấy bánh quy ra khỏi lò và để nguội một chút trước khi dùng.

47.Jalebis

THÀNH PHẦN:

- 1 cốc bột mì đa dụng
- 1 muỗng canh bột báng
- 1 thìa cà phê bột nở
- 1/2 cốc sữa chua nguyên chất
- 1/2 cốc nước ấm
- 1 muỗng cà phê sợi nghệ tây (tùy chọn)
- Dầu để chiên
- Đối với xi-rô:
- 1 cốc đường
- 1/2 cốc nước
- 1/2 thìa cà phê bột bạch đậu khấu
- Một vài sợi nghệ tây (tùy chọn)

HƯỚNG DẪN:

a) Trong một tô trộn, trộn bột mì đa dụng, bột báng và bột nở.

b) Trong một bát nhỏ riêng biệt, hòa tan các sợi nghệ tây trong nước ấm.

c) Thêm sữa chua và nước nghệ tây vào nguyên liệu khô và trộn đều để tạo thành bột mịn. Độ đặc phải dày nhưng có thể đổ được.

d) Dùng khăn sạch đậy tô lại và để bột nghỉ ít nhất 30 phút.

e) Trong lúc đó, chuẩn bị xi-rô bằng cách kết hợp đường và nước trong nồi. Đun sôi và đun nhỏ lửa trong khoảng 5 phút cho đến khi đường tan và xi-rô hơi đặc lại. Thêm bột bạch đậu khấu và sợi nghệ tây nếu muốn. Hủy bỏ nhiệt và đặt sang một bên để nguội.

f) Đun nóng dầu trong chảo hoặc nồi sâu lòng để chiên.

g) Đổ bột vào túi bắt kem có đầu tròn nhỏ.

h) Đổ bột theo hình xoắn ốc hoặc hình bánh quy xoắn trực tiếp vào dầu nóng. Chiên cho đến khi vàng nâu cả hai mặt.

i) Lấy jalebis chiên ra khỏi dầu và chuyển trực tiếp vào xi-rô đã chuẩn bị. Để chúng ngâm trong một hoặc hai phút, sau đó lấy ra và đặt lên đĩa phục vụ.

j) Phục vụ jalebis ấm hoặc ở nhiệt độ phòng.

48. Kringler (Bánh mì hình bánh quy xoắn Đan Mạch)

THÀNH PHẦN:

- 2 1/4 chén bột mì đa dụng
- 2 muỗng canh đường cát
- 1 thìa cà phê men instant
- 1/2 thìa cà phê muối
- 1/2 cốc sữa, ấm
- 2 muỗng canh bơ không muối, tan chảy
- 1 quả trứng, đánh bông
- Đối với phần trên cùng:
- 1 quả trứng, đánh bông
- Đường trân châu hoặc đường thô để rắc

HƯỚNG DẪN:

a) Trong một tô trộn lớn, trộn bột mì, đường, men tức thì và muối.

b) Thêm sữa ấm, bơ tan chảy và trứng đánh vào nguyên liệu khô. Khuấy đều cho đến khi bột quyện lại với nhau.

c) Chuyển khối bột sang một bề mặt đã rắc chút bột mì rồi nhào khoảng 5-7 phút cho đến khi mịn và đàn hồi.

d) Đặt bột trở lại tô, dùng khăn sạch đậy lại và để bột nở ở nơi ấm áp trong khoảng 1 giờ hoặc cho đến khi bột nở gấp đôi.

e) Làm nóng lò ở nhiệt độ 375°F (190°C). Dòng một tấm nướng bánh bằng giấy giấy da.

f) Chia bột thành 6 phần bằng nhau. Cuộn từng miếng thành một sợi dây dài khoảng 20 inch.

g) Nặn từng sợi dây thành một nút giống như bánh quy cây, bắt chéo các đầu lại với nhau và nhét chúng xuống dưới lớp bột.

h) Đặt những chiếc bánh kringler đã tạo hình lên khay nướng đã chuẩn bị sẵn. Quét chúng bằng trứng đã đánh và rắc đường trân châu hoặc đường thô.

i) Nướng trong lò làm nóng trước khoảng 12-15 phút hoặc cho đến khi có màu vàng nâu.

j) Lấy ra khỏi lò và để chúng nguội một chút trước khi dùng.

49.Neujahrspretzel (Bánh quy xoắn năm mới)

THÀNH PHẦN:

- 4 chén bột mì đa dụng
- 1 thìa cà phê muối
- 1 thìa đường
- 2 1/4 muỗng cà phê men tức thì
- 1 1/2 cốc sữa ấm
- 1/4 cốc bơ không muối, tan chảy
- Muối thô để rắc

HƯỚNG DẪN:

a) Trong một tô trộn, trộn bột mì, muối, đường và men instant.

b) Thêm sữa ấm và bơ tan chảy vào nguyên liệu khô. Khuấy đều cho đến khi bột quyện lại với nhau.

c) Chuyển khối bột sang một bề mặt đã rắc chút bột mì rồi nhào khoảng 5-7 phút cho đến khi mịn và đàn hồi.

d) Đặt bột trở lại tô, dùng khăn sạch đậy lại và để bột nở ở nơi ấm áp trong khoảng 1 giờ hoặc cho đến khi bột nở gấp đôi.

e) Làm nóng lò ở nhiệt độ 400°F (200°C). Dòng một tấm nướng bánh bằng giấy giấy da.

f) Chia bột thành 8 phần bằng nhau. Cuộn từng miếng thành một sợi dây dài khoảng 20 inch.

g) Định hình từng sợi dây thành bánh quy xoắn bằng cách bắt chéo các đầu lại với nhau và ấn vào đường cong phía dưới. Lặp lại với số bột còn lại.

h) Đặt các bánh quy đã tạo hình lên khay nướng đã chuẩn bị sẵn. Rắc muối thô.

i) Nướng trong lò làm nóng trước khoảng 15-18 phút hoặc cho đến khi có màu vàng nâu.

j) Lấy ra khỏi lò và để chúng nguội một chút trước khi dùng.

50.Bánh quy bơ sữa Old Country

THÀNH PHẦN:

- 3 chén bột mì đa dụng
- 1 thìa đường
- 2 1/4 muỗng cà phê men tức thì
- 1 thìa cà phê muối
- 1 cốc bơ sữa
- 1/4 cốc bơ không muối, tan chảy
- Muối thô để rắc

HƯỚNG DẪN:

a) Trong một tô trộn, trộn bột mì, đường, men tức thời và muối.
b) Thêm bơ sữa và bơ tan chảy vào nguyên liệu khô. Khuấy đều cho đến khi bột quyện lại với nhau.
c) Chuyển khối bột sang một bề mặt đã rắc chút bột mì rồi nhào khoảng 5-7 phút cho đến khi mịn và đàn hồi.
d) Đặt bột trở lại tô, dùng khăn sạch đậy lại và để bột nở ở nơi ấm áp trong khoảng 1 giờ hoặc cho đến khi bột nở gấp đôi.
e) Làm nóng lò ở nhiệt độ 425°F (220°C). Dòng một tấm nướng bánh bằng giấy giấy da.
f) Chia bột thành 12 phần bằng nhau. Cuộn từng miếng thành một sợi dây dài khoảng 20 inch.
g) Định hình từng sợi dây thành bánh quy xoắn bằng cách bắt chéo các đầu lại với nhau và ấn vào đường cong phía dưới. Lặp lại với số bột còn lại.
h) Đặt các bánh quy đã tạo hình lên khay nướng đã chuẩn bị sẵn. Rắc muối thô.
i) Nướng trong lò làm nóng trước khoảng 12-15 phút hoặc cho đến khi có màu vàng nâu.
j) Lấy ra khỏi lò và để chúng nguội một chút trước khi dùng.

51.Bánh quy xoắn phủ sữa chua

THÀNH PHẦN:

- Thanh bánh quy xoắn hoặc xoắn bánh quy xoắn
- Sữa chua Hy Lạp (nguyên chất hoặc có hương vị)
- Rắc hoặc đường màu (tuỳ thích)

HƯỚNG DẪN:

a) Dòng một tấm nướng bánh bằng giấy giấy da.
b) Nhúng bánh quy xoắn vào sữa chua Hy Lạp, phủ nửa chừng.
c) Đặt bánh quy phủ sữa chua lên khay nướng đã chuẩn bị sẵn.
d) Nếu muốn, rắc rắc hoặc đường màu lên lớp phủ sữa chua.
e) Đặt khay nướng vào tủ lạnh khoảng 30 phút hoặc cho đến khi sữa chua cứng lại.
f) Sau khi đã cứng lại, hãy gói bánh quy phủ sữa chua vào hộp cơm trưa.

BÁNH MÌ CHURROS

52.Churros cơ bản

THÀNH PHẦN:

- ¼ cốc bơ hoặc bơ thực vật,
- Cắt thành từng miếng nhỏ
- ⅛ thìa cà phê muối
- 1¼ cốc bột mì đa dụng, đã rây
- 3 quả trứng
- ¼ thìa cà phê chiết xuất vani
- Dầu salad để chiên ngập dầu
- ½ muỗng cà phê quế
- ½ cốc đường

HƯỚNG DẪN:

a) Trong một cái chảo vừa, trộn bơ với ½ cốc nước. Khuấy trên lửa nhỏ cho đến khi bơ tan chảy. Đun sôi; thêm muối và loại bỏ nhiệt.

b) Thêm bột mì cùng một lúc; đánh thật mạnh bằng thìa gỗ. trên lửa nhỏ, đánh cho đến khi thật mịn - khoảng 2 phút. Hủy bỏ nhiệt; để nguội một chút. Đánh từng quả trứng một, đánh đều sau mỗi lần thêm. Thêm vani.

c) Tiếp tục đánh cho đến khi hỗn hợp có độ bóng như satin.

d) Trong khi đó, trong chảo sâu lòng hoặc nồi chiên ngập dầu, đun nóng từ từ dầu salad (ít nhất 1,5 inch) đến 380*F trên nhiệt kế chiên ngập dầu. Nhấn hỗn hợp bánh rán qua một túi bánh ngọt lớn có đầu lớn, có rãnh, rộng ½ inch. Dùng kéo ướt, cắt bột thành những đoạn dài 2 inch khi thả vào dầu nóng.

e) Chiên ngập dầu, mỗi lần vài miếng, 2 phút mỗi mặt hoặc cho đến khi có màu vàng nâu. Nhấc ra bằng thìa có rãnh; thoát nước tốt trên khăn giấy.

f) Trong khi đó kết hợp quế và đường trong một bát vừa. Quăng bánh rán đã ráo nước vào hỗn hợp đường cho ngấm đều. Phục vụ ấm áp.

53.bánh churros quế

THÀNH PHẦN:

- ¼ cốc bơ
- 1 cốc đường
- 1 thìa đường
- ½ chén bột ngô trắng
- ½ chén bột mì
- 3 quả trứng lớn
- 2 thìa cà phê quế

HƯỚNG DẪN:

a) Trong một chảo vừa, đun nóng bơ với 1 thìa đường, ½ thìa muối và 1 cốc nước cho đến khi sôi. lấy chảo ra khỏi bếp; ngay lập tức thêm bột ngô và bột mì cùng một lúc. Qua nhiệt độ thấp,

b) Nấu hỗn hợp, khuấy liên tục cho đến khi bột tạo thành một khối, khoảng 1 phút. đánh từng quả trứng vào, đánh mạnh sau mỗi lần thêm cho đến khi bột mịn. lót khay nướng bằng khăn giấy.

c) Trong túi giấy hoặc tô lớn, trộn đường còn lại với quế. trong chảo sâu lòng hoặc lò nướng kiểu Hà Lan, đun nóng 3 inch dầu salad đến nhiệt độ 375 độ F. múc bột vào túi đựng bánh ngọt có gắn đầu số 6. ống bột dài 5" vào dầu nóng.

d) Chiên cho đến khi chín vàng cả hai mặt, khoảng 1 phút rưỡi mỗi mặt. Dùng thìa có rãnh vớt bánh churros ra khỏi dầu và đặt lên khay nướng. khi còn nóng, cho vào túi và phủ đều hỗn hợp quế-đường. phục vụ ngay lập tức.

54.Churros và sô cô la

THÀNH PHẦN:

- 2 cốc bột
- 2 thìa đường
- 1 thìa cà phê quế
- 3 cốc nước
- ¼ cốc dầu ô liu nguyên chất cộng thêm
- 3 chén
- ½ cốc đường siêu mịn

HƯỚNG DẪN:

a) Khuấy đều bột mì, đường và quế trong một tô trộn lớn. Cho nước vào nồi 6 lít, thêm ¼ cốc dầu và đun sôi nhanh. Đổ hỗn hợp bột vào chảo một lần, tắt bếp và khuấy đều cho đến khi mịn. Che lại bằng màng bọc thực phẩm và để nguội trong ½ giờ.

b) Đun nóng dầu đến 375 độ F.

c) Cho bột vào túi đựng bánh ngọt có vòi lớn từ 6 đến 8 điểm và cho vào từng miếng dầu nóng dài 6 inch. Chiên cho đến khi vàng nâu cả hai mặt.

d) Vớt ra, để ráo trên khăn giấy và rắc đường siêu mịn khi còn ấm.

55.Lantain P Tên món ăn

THÀNH PHẦN:

- 3 cây chuối - đã bóc vỏ
- Nước chanh
- 4 quả trứng
- ¼ chén bột mì
- ½ thìa muối

HƯỚNG DẪN:

a) Gọt vỏ và tách chuối theo chiều dọc. Cắt từng miếng làm đôi và nhúng vào nước cốt chanh.
b) Để làm bột, đánh lòng đỏ trứng cho đến khi đặc và nhẹ.
c) Thêm bột mì và muối.
d) Đánh lòng trắng trứng cho đến khi bông cứng, không bị khô rồi trộn vào lòng đỏ.
e) Lần lượt thả từng miếng chuối đã ráo nước vào bột.
f) Nhấc bằng thìa có rãnh và trượt nhẹ vào dầu nóng trong chảo nặng (dầu sâu khoảng 1 inch).
g) Nấu trên lửa vừa, lật gần như ngay lập tức. Nấu cho đến khi chín vàng cả hai mặt.
h) Xả trên khăn giấy.

56.Churros Tây Ban Nha của Red Velvet

THÀNH PHẦN:

- 1 ly nước
- 1/4 cốc bơ không muối
- 1 muỗng canh đường cát
- 1/4 muỗng cà phê muối
- 1 cốc bột mì đa dụng
- 1 trứng lớn
- Dầu thực vật, để chiên
- Đối với lớp phủ
- 1/2 chén đường cát
- 3/4 muỗng cà phê quế xay

HƯỚNG DẪN:

a) Cho bột mì, muối, bột mì vào tô và đánh đều
b) Cho bơ vào chảo đun chảy, thêm nước vào và đun sôi
c) Thêm màu thực phẩm màu đỏ. Thêm hỗn hợp bột
d) Thêm bột mì, giảm nhiệt xuống mức vừa thấp rồi nấu và khuấy liên tục bằng thìa gỗ cho đến khi hỗn hợp bắt đầu quyện lại với nhau.
e) Thêm nửa quả trứng đã đánh và mil vào cho đến khi hòa quyện
f) Thêm số trứng đã đánh còn lại vào và trộn cho đến khi mịn và quyện đều
g) Lý tưởng nhất là bạn sử dụng túi bắt kem có vòi bắt đầu để tạo ra món bánh churros Tây Ban Nha đích thực. Tôi không có túi bắt kem nên tôi ứng biến bằng cách cắt nhựa ở cuối. Dùng cốc đặt túi bắt kem vào bên trong, cho bánh vào túi đến khi đầy.
h) Thả bột vào dầu đã đun nóng. Sử dụng kéo nấu ăn để cắt chiều dài mong muốn
i) Thêm một ít bột churros vào dầu và nấu cho đến khi vàng nâu và giòn. Cho đường vào chảo, thêm quế vào trộn đều
j) Nhúng churros vào hỗn hợp đường quế và cuộn cho đến khi phủ đều
k) Giòn bên ngoài nhưng bên trong lại rất mềm mịn

57.San Diablo Nghệ nhân Churros

THÀNH PHẦN:

- 1 ly nước
- 2 oz. Bơ không muối
- 1 chén bột mì Baker chất lượng cao
- 3/4 muỗng cà phê. muối
- 1 trứng lớn
- 1 thìa cà phê vani

HƯỚNG DẪN:

a) Cho nước và bơ vào nồi rồi đun sôi, đảm bảo bơ tan chảy hoàn toàn.

b) Cho bột mì và muối vào nồi cùng với nước/bơ, để trên lửa và trộn mạnh cho đến khi không còn vón cục bột và khối bột giống như một quả bóng. Giảm nhiệt.

c) Đặt bột nóng vào tô trộn tiêu chuẩn của bạn, trộn bằng cánh khuấy ở mức thấp và để hơi nước thoát ra và nhào bột.

d) Trong khi bột đang bốc hơi, trộn trứng và vani vào một tô riêng.

e) Thêm hỗn hợp trứng vào bột và tăng tốc độ trộn.

f) Nếu bột dính vào các mặt của máy trộn quá nhiều: dừng máy, cạo các mặt và khuấy, lặp lại cho đến khi bột mịn và có độ đặc giống như bột nhào.

g) Cho bột vào tủ lạnh để nguội khoảng 10 phút.

h) Sau khi bột nguội, bạn đã sẵn sàng làm một số món bánh churros thơm ngon! Đặt bột vào San Diablo Churro Maker hoặc túi bắt kem và để trong tủ lạnh để dùng sau.

i) Làm nóng dầu trước trong nồi chiên hoặc chảo đến nhiệt độ 375°F/190°C với khoảng 2" dầu.

j) Từ từ vặn núm của máy làm churro San Diablo Churro xuống để ép bột churro qua vòi. Hoặc cho bột churro vào túi bắt kem. Sau khi nhấn lượng bột churro mong muốn qua vòi, hãy cắt nó bằng dao cắt bơ hoặc ngón tay của bạn.

k) Nhẹ nhàng đặt từng chiếc bánh churro thô vào dầu nóng. Xin hãy cẩn thận! Để tránh dầu nóng bắn tung tóe, chúng tôi khuyên bạn nên đặt Máy làm Churro theo chiều dọc và đóng (nhưng không quá gần) với bề mặt dầu nóng.

l) Xem bánh churros chiên trong dầu nóng và xoay bằng kẹp kim loại nếu cần để toàn bộ bánh churro đạt độ giòn vàng nâu lý tưởng (thường là 3-4 phút).
m) Dùng kẹp kim loại, lấy các tác phẩm nghệ thuật churro còn nóng hổi của bạn ra khỏi dầu nóng hoặc nồi chiên không khí và để nguội trên đĩa bạn đã chuẩn bị.
n) Sau khi bánh churros của bạn đã nguội một chút nhưng vẫn còn ấm, hãy rắc một lượng đường quế đặc trưng của San Diablo mà bạn mong muốn.
o) Đổ đầy tùy thích bằng cách sử dụng chai bóp hoặc một trong những chai chiết rót có thể tái sử dụng của San Diablo với Dulce de Leche, Nutella hoặc Sweet Cream.

58.Churros nướng

THÀNH PHẦN:

- 1 cốc (8oz/225g) nước
- 1/2 cốc (4oz/113g) bơ
- 1/2 muỗng cà phê chiết xuất vani
- 2 thìa đường
- 1/4 muỗng cà phê muối
- 143g bột mì/bột mì đa dụng
- 3 quả trứng (ở nhiệt độ phòng)

HƯỚNG DẪN:

a) Làm nóng lò ở nhiệt độ 400°F (200°C). Giấy da dòng; để qua một bên.
b) Trong một cái chảo vừa, thêm nước, đường, muối và bơ.
c) Đặt trên lửa vừa cao.
d) Đun nóng cho đến khi bơ tan chảy và hỗn hợp bắt đầu sôi.
e) Ngay khi sôi thì cho bột mì vào trộn đều.
f) Đánh cho đến khi bột không còn vón cục và tạo thành một khối bột.
g) Bây giờ, bạn dùng thìa gỗ khuấy bột xung quanh nồi và nấu trong khoảng một phút ở nhiệt độ THẤP.
h) Hỗn hợp sẽ vón cục và tách ra khỏi các cạnh
i) Dùng thìa gỗ thêm một ít hỗn hợp trứng vào bột. Khuấy và nghiền, chia bột cho đến khi lỏng. Khuấy đều cho đến khi trứng hòa quyện và hỗn hợp giống như khoai tây nghiền.
j) Tiếp tục cho trứng vào cho đến khi hòa quyện
k) Thực hiện bằng cách tạo áp lực lên túi và đường ống từ từ dùng kéo để cắt.
l) Chừa khoảng 2 inch giữa các bánh churros.
m) Nướng khoảng 18-22 phút hoặc cho đến khi có màu vàng nâu.
n) SAU ĐÓ tắt lò và để chúng trong đó khoảng 10 phút cho khô một chút. Bước này giúp bánh giữ được hình dạng và không bị xẹp khi nguội.
o) Chỉ cần làm trong một phút thôi :), sau đó tắt bếp và đặt sang một bên.
p) Trong một cái bình, trộn trứng và vani rồi đánh đều.
q) Chuyển bột của bạn vào túi bắt kem có gắn vòi hình sao.

r) Đổ bột thành những chiếc bánh churros dài trên chảo có phủ giấy da. Đảm bảo ống chúng đẹp và dày.
s) Trộn đường, quế và muối vào túi ziplock.
t) Lấy bánh churros thẳng ra khỏi lò và cho chúng vào hỗn hợp cho đến khi phủ đều. Tốt nhất nên làm điều này khi bánh churros còn ấm và mới ra lò.
u) Thưởng thức món churros tự làm của bạn.

59.bánh churro sô-cô-la

THÀNH PHẦN:

- 1 ly nước
- 2 thìa đường
- 1/2 thìa cà phê muối
- 2 muỗng canh dầu thực vật
- 1 cốc bột mì đa dụng
- Dầu thực vật để chiên
- 1/4 chén đường bột (để rắc đường)
- 1/2 cốc sô-cô-la chip
- 1/4 cốc kem đặc

HƯỚNG DẪN:

a) Trong một cái chảo, trộn nước, đường, muối và dầu thực vật. Mang hỗn hợp trên vào đun sôi.
b) Nhấc chảo ra khỏi bếp và thêm bột mì vào. Khuấy cho đến khi hỗn hợp tạo thành một khối bột.
c) Đun nóng dầu thực vật trong chảo sâu lòng hoặc nồi trên lửa vừa.
d) Chuyển bột vào túi bắt kem có đầu hình ngôi sao.
e) Đổ bột vào dầu nóng, dùng dao hoặc kéo cắt thành những đoạn dài 4-6 inch.
f) Chiên cho đến khi vàng nâu các mặt, thỉnh thoảng quay mặt.
g) Loại bỏ churros khỏi dầu và để ráo trên khăn giấy.
h) Phủ đường bột lên bánh churros.
i) Trong một chiếc bát an toàn với lò vi sóng, trộn sô-cô-la chip và kem béo. Cho vào lò vi sóng trong khoảng thời gian 30 giây, khuấy đều cho đến khi mịn.
j) Ăn bánh churros với nước sốt sô-cô-la để chấm.

60.Churros nhân caramel

THÀNH PHẦN:

- 1 ly nước
- 2 thìa đường
- 1/2 thìa cà phê muối
- 2 muỗng canh dầu thực vật
- 1 cốc bột mì đa dụng
- Dầu thực vật để chiên
- 1/4 chén đường (để phủ)
- 1 muỗng cà phê quế xay (để phủ)
- Sốt caramen pha sẵn

HƯỚNG DẪN:

a) Trong một cái chảo, trộn nước, đường, muối và dầu thực vật. Mang hỗn hợp trên vào đun sôi.

b) Nhấc chảo ra khỏi bếp và thêm bột mì vào. Khuấy cho đến khi hỗn hợp tạo thành một khối bột.

c) Đun nóng dầu thực vật trong chảo sâu lòng hoặc nồi trên lửa vừa.

d) Chuyển bột vào túi bắt kem có đầu hình ngôi sao.

e) Đổ bột vào dầu nóng, dùng dao hoặc kéo cắt thành những đoạn dài 4-6 inch.

f) Chiên cho đến khi vàng nâu các mặt, thỉnh thoảng quay mặt.

g) Loại bỏ churros khỏi dầu và để ráo trên khăn giấy.

h) Trong một bát riêng, trộn đường và quế. Cuộn churros trong hỗn hợp đường quế cho đến khi phủ đều.

i) Dùng ống tiêm hoặc túi đựng bánh ngọt, đổ nước sốt caramel đã chuẩn bị vào churros.

j) Phục vụ món churros nhân caramel còn ấm.

61.Churros gia vị bí ngô

THÀNH PHẦN:

- 1 ly nước
- 2 thìa đường
- 1/2 thìa cà phê muối
- 2 muỗng canh dầu thực vật
- 1 cốc bột mì đa dụng
- 1 muỗng cà phê hỗn hợp gia vị bí ngô
- Dầu thực vật để chiên
- 1/4 chén đường (để phủ)
- 1 muỗng cà phê quế xay (để phủ)

HƯỚNG DẪN:

a) Trong một cái chảo, trộn nước, đường, muối và dầu thực vật. Mang hỗn hợp trên vào đun sôi.

b) Nhấc chảo ra khỏi bếp và thêm hỗn hợp bột mì và gia vị bí ngô vào. Khuấy cho đến khi hỗn hợp tạo thành một khối bột.

c) Đun nóng dầu thực vật trong chảo sâu lòng hoặc nồi trên lửa vừa.

d) Chuyển bột vào túi bắt kem có đầu hình ngôi sao.

e) Đổ bột vào dầu nóng, dùng dao hoặc kéo cắt thành những đoạn dài 4-6 inch.

f) Chiên cho đến khi vàng nâu các mặt, thỉnh thoảng quay mặt.

g) Loại bỏ churros khỏi dầu và để ráo trên khăn giấy.

h) Trong một bát riêng, trộn đường và quế. Cuộn churros trong hỗn hợp đường quế cho đến khi phủ đều.

i) Phục vụ món churros gia vị bí ngô còn ấm với một lớp đường bột.

62.Churros không chứa gluten

THÀNH PHẦN:

- 1 ly nước
- 2 thìa đường
- 1/2 thìa cà phê muối
- 2 muỗng canh dầu thực vật
- 1 chén bột mì đa dụng không chứa gluten
- Dầu thực vật để chiên
- 1/4 chén đường (để phủ)
- 1 muỗng cà phê quế xay (để phủ)

HƯỚNG DẪN:

a) Trong một cái chảo, trộn nước, đường, muối và dầu thực vật. Mang hỗn hợp trên vào đun sôi.
b) Nhấc chảo ra khỏi bếp và thêm bột mì đa dụng không chứa gluten vào. Khuấy cho đến khi hỗn hợp tạo thành một khối bột.
c) Đun nóng dầu thực vật trong chảo sâu lòng hoặc nồi trên lửa vừa.
d) Chuyển bột vào túi bắt kem có đầu hình ngôi sao.
e) Đổ bột vào dầu nóng, dùng dao hoặc kéo cắt thành những đoạn dài 4-6 inch.
f) Chiên cho đến khi vàng nâu các mặt, thỉnh thoảng quay mặt.
g) Loại bỏ churros khỏi dầu và để ráo trên khăn giấy.
h) Trong một bát riêng, trộn đường và quế. Cuộn churros trong hỗn hợp đường quế cho đến khi phủ đều.
i) Phục vụ món churros không chứa gluten ấm với nước chấm mà bạn chọn.

63.Churros nhồi Nutella

THÀNH PHẦN:

- 1 ly nước
- 2 thìa đường
- 1/2 thìa cà phê muối
- 2 muỗng canh dầu thực vật
- 1 cốc bột mì đa dụng
- Dầu thực vật để chiên
- 1/4 chén đường (để phủ)
- 1 muỗng cà phê quế xay (để phủ)
- Nutella (hoặc bất kỳ loại phết sô cô la-hạt phỉ nào khác)

HƯỚNG DẪN:

a) Trong một cái chảo, trộn nước, đường, muối và dầu thực vật. Mang hỗn hợp trên vào đun sôi.
b) Nhấc chảo ra khỏi bếp và thêm bột mì vào. Khuấy cho đến khi hỗn hợp tạo thành một khối bột.
c) Đun nóng dầu thực vật trong chảo sâu lòng hoặc nồi trên lửa vừa.
d) Chuyển bột vào túi bắt kem có đầu hình ngôi sao.
e) Đổ bột vào dầu nóng, dùng dao hoặc kéo cắt thành những đoạn dài 4-6 inch.
f) Chiên cho đến khi vàng nâu các mặt, thỉnh thoảng quay mặt.
g) Loại bỏ churros khỏi dầu và để ráo trên khăn giấy.
h) Trong một bát riêng, trộn đường và quế. Cuộn churros trong hỗn hợp đường quế cho đến khi phủ đều.
i) Sử dụng ống tiêm hoặc túi bánh ngọt, đổ đầy Nutella hoặc phết sô cô la-hạt phỉ vào bánh churros.
j) Phục vụ món churros nhồi Nutella còn ấm.

64. Bánh mì kẹp kem Churro

THÀNH PHẦN:

- 1 ly nước
- 2 thìa đường
- 1/2 thìa cà phê muối
- 2 muỗng canh dầu thực vật
- 1 cốc bột mì đa dụng
- Dầu thực vật để chiên
- 1/4 chén đường (để phủ)
- 1 muỗng cà phê quế xay (để phủ)
- Kem bạn chọn

HƯỚNG DẪN:

a) Trong một cái chảo, trộn nước, đường, muối và dầu thực vật. Mang hỗn hợp trên vào đun sôi.

b) Nhấc chảo ra khỏi bếp và thêm bột mì vào. Khuấy cho đến khi hỗn hợp tạo thành một khối bột.

c) Đun nóng dầu thực vật trong chảo sâu lòng hoặc nồi trên lửa vừa.

d) Chuyển bột vào túi bắt kem có đầu hình ngôi sao.

e) Đổ bột vào dầu nóng, dùng dao hoặc kéo cắt thành những đoạn dài 4-6 inch.

f) Chiên cho đến khi vàng nâu các mặt, thỉnh thoảng quay mặt.

g) Loại bỏ churros khỏi dầu và để ráo trên khăn giấy.

h) Trong một bát riêng, trộn đường và quế. Cuộn churros trong hỗn hợp đường quế cho đến khi phủ đều.

i) Để churros nguội một chút.

j) Cắt bánh churro theo chiều ngang và kẹp một muỗng kem vào giữa hai nửa.

k) Phục vụ bánh mì kem churro ngay lập tức.

65.Dulce de Leche Churros

The picture can't be displayed.

THÀNH PHẦN:

- 1 ly nước
- 2 thìa đường
- 1/2 thìa cà phê muối
- 2 muỗng canh dầu thực vật
- 1 cốc bột mì đa dụng
- Dầu thực vật để chiên
- 1/4 chén đường (để phủ)
- 1 muỗng cà phê quế xay (để phủ)
- món dulce de leche đã chế biến sẵn

HƯỚNG DẪN:

a) Trong một cái chảo, trộn nước, đường, muối và dầu thực vật. Mang hỗn hợp trên vào đun sôi.
b) Nhấc chảo ra khỏi bếp và thêm bột mì vào. Khuấy cho đến khi hỗn hợp tạo thành một khối bột.
c) Đun nóng dầu thực vật trong chảo sâu lòng hoặc nồi trên lửa vừa.
d) Chuyển bột vào túi bắt kem có đầu hình ngôi sao.
e) Đổ bột vào dầu nóng, dùng dao hoặc kéo cắt thành những đoạn dài 4-6 inch.
f) Chiên cho đến khi vàng nâu các mặt, thỉnh thoảng quay mặt.
g) Loại bỏ churros khỏi dầu và để ráo trên khăn giấy.
h) Trong một bát riêng, trộn đường và quế. Cuộn churros trong hỗn hợp đường quế cho đến khi phủ đều.
i) Phục vụ churros với dulce de leche đã chuẩn bị sẵn để chấm.

66.Matcha Churros

THÀNH PHẦN:

- 1 ly nước
- 2 thìa đường
- 1/2 thìa cà phê muối
- 2 muỗng canh dầu thực vật
- 1 cốc bột mì đa dụng
- 1 thìa bột matcha
- Dầu thực vật để chiên
- 1/4 chén đường (để phủ)

HƯỚNG DẪN:

a) Trong một cái chảo, trộn nước, đường, muối và dầu thực vật. Mang hỗn hợp trên vào đun sôi.
b) Nhấc chảo ra khỏi bếp rồi thêm bột mì và bột matcha vào. Khuấy cho đến khi hỗn hợp tạo thành một khối bột.
c) Đun nóng dầu thực vật trong chảo sâu lòng hoặc nồi trên lửa vừa.
d) Chuyển bột vào túi bắt kem có đầu hình ngôi sao.
e) Đổ bột vào dầu nóng, dùng dao hoặc kéo cắt thành những đoạn dài 4-6 inch.
f) Chiên cho đến khi vàng nâu các mặt, thỉnh thoảng quay mặt.
g) Loại bỏ churros khỏi dầu và để ráo trên khăn giấy.
h) Trong một bát riêng, trộn đường và bột matcha. Cuộn churros trong hỗn hợp đường matcha cho đến khi phủ đều.
i) Phục vụ matcha churros ấm.

67.Red Velvet Churros

THÀNH PHẦN:

- 1 ly nước
- 2 thìa đường
- 1/2 thìa cà phê muối
- 2 muỗng canh dầu thực vật
- 1 cốc bột mì đa dụng
- 1 thìa bột cacao
- Màu thực phẩm màu đỏ
- Dầu thực vật để chiên
- 1/4 chén đường bột (để rắc đường)
- Kem phủ kem phô mai (để chấm)

HƯỚNG DẪN:

a) Trong một cái chảo, trộn nước, đường, muối và dầu thực vật. Mang hỗn hợp trên vào đun sôi.

b) Nhấc chảo ra khỏi bếp và thêm bột mì, bột ca cao và màu thực phẩm đỏ vào. Khuấy cho đến khi hỗn hợp tạo thành một khối bột và đạt được màu đỏ như mong muốn.

c) Đun nóng dầu thực vật trong chảo sâu lòng hoặc nồi trên lửa vừa.

d) Chuyển bột vào túi bắt kem có đầu hình ngôi sao.

e) Đổ bột vào dầu nóng, dùng dao hoặc kéo cắt thành những đoạn dài 4-6 inch.

f) Chiên cho đến khi vàng nâu các mặt, thỉnh thoảng quay mặt.

g) Loại bỏ churros khỏi dầu và để ráo trên khăn giấy.

h) Phủ đường bột lên bánh churros.

i) Phục vụ món churros nhung đỏ ấm với kem phủ phô mai để chấm.

68.Churro cắn

THÀNH PHẦN:

- 1 ly nước
- 2 thìa đường
- 1/2 thìa cà phê muối
- 2 muỗng canh dầu thực vật
- 1 cốc bột mì đa dụng
- Dầu thực vật để chiên
- 1/4 chén đường (để phủ)
- 1 muỗng cà phê quế xay (để phủ)

HƯỚNG DẪN:

a) Trong một cái chảo, trộn nước, đường, muối và dầu thực vật. Mang hỗn hợp trên vào đun sôi.

b) Nhấc chảo ra khỏi bếp và thêm bột mì vào. Khuấy cho đến khi hỗn hợp tạo thành một khối bột.

c) Đun nóng dầu thực vật trong chảo sâu lòng hoặc nồi trên lửa vừa.

d) Chuyển bột vào túi bắt kem có đầu hình ngôi sao.

e) Đổ từng miếng bột nhỏ vừa ăn vào chảo dầu nóng.

f) Chiên cho đến khi vàng nâu các mặt, thỉnh thoảng quay mặt.

g) Loại bỏ các vết cắn churro khỏi dầu và để ráo dầu trên khăn giấy.

h) Trong một bát riêng, trộn đường và quế. Cho bánh churro cắn vào hỗn hợp đường quế cho đến khi phủ đều.

i) Phục vụ món churro khi còn ấm.

69.Churros chanh

THÀNH PHẦN:

- 1 ly nước
- 2 thìa đường
- 1/2 thìa cà phê muối
- 2 muỗng canh dầu thực vật
- 1 cốc bột mì đa dụng
- Vỏ của 1 quả chanh
- Dầu thực vật để chiên
- 1/4 chén đường (để phủ)
- 1 muỗng cà phê quế xay (để phủ)
- Men chanh (làm từ đường bột và nước cốt chanh)

HƯỚNG DẪN:

a) Trong một cái chảo, trộn nước, đường, muối và dầu thực vật. Mang hỗn hợp trên vào đun sôi.

b) Nhấc chảo ra khỏi bếp rồi thêm bột mì và vỏ chanh vào. Khuấy cho đến khi hỗn hợp tạo thành một khối bột.

c) Đun nóng dầu thực vật trong chảo sâu lòng hoặc nồi trên lửa vừa.

d) Chuyển bột vào túi bắt kem có đầu hình ngôi sao.

e) Đổ bột vào dầu nóng, dùng dao hoặc kéo cắt thành những đoạn dài 4-6 inch.

f) Chiên cho đến khi vàng nâu các mặt, thỉnh thoảng quay mặt.

g) Loại bỏ churros khỏi dầu và để ráo trên khăn giấy.

h) Trong một bát riêng, trộn đường và quế. Cuộn churros trong hỗn hợp đường quế cho đến khi phủ đều.

i) Rưới men chanh lên bánh churros.

j) Phục vụ churros chanh ấm.

70.bánh churros dừa

THÀNH PHẦN:

- 1 ly nước
- 2 thìa đường
- 1/2 thìa cà phê muối
- 2 muỗng canh dầu thực vật
- 1 cốc bột mì đa dụng
- 1/2 chén dừa vụn
- Dầu thực vật để chiên
- 1/4 chén đường (để phủ)
- 1 muỗng cà phê quế xay (để phủ)

HƯỚNG DẪN:

a) Trong một cái chảo, trộn nước, đường, muối và dầu thực vật. Mang hỗn hợp trên vào đun sôi.
b) Nhấc chảo ra khỏi bếp rồi cho bột mì và dừa vụn vào. Khuấy cho đến khi hỗn hợp tạo thành một khối bột.
c) Đun nóng dầu thực vật trong chảo sâu lòng hoặc nồi trên lửa vừa.
d) Chuyển bột vào túi bắt kem có đầu hình ngôi sao.
e) Đổ bột vào dầu nóng, dùng dao hoặc kéo cắt thành những đoạn dài 4-6 inch.
f) Chiên cho đến khi vàng nâu các mặt, thỉnh thoảng quay mặt.
g) Loại bỏ churros khỏi dầu và để ráo trên khăn giấy.
h) Trong một bát riêng, trộn đường và quế. Cuộn churros trong hỗn hợp đường quế cho đến khi phủ đều.
i) Phục vụ bánh churros dừa còn ấm.

71.Bánh quế Churro

THÀNH PHẦN:

- 1 ly nước
- 2 thìa đường
- 1/2 thìa cà phê muối
- 2 muỗng canh dầu thực vật
- 1 cốc bột mì đa dụng
- Dầu thực vật để chiên
- 1/4 chén đường (để phủ)
- 1 muỗng cà phê quế xay (để phủ)
- Bột bánh quế (được chuẩn bị theo hướng dẫn trên bao bì)

HƯỚNG DẪN:

a) Trong một cái chảo, trộn nước, đường, muối và dầu thực vật. Mang hỗn hợp trên vào đun sôi.

b) Nhấc chảo ra khỏi bếp và thêm bột mì vào. Khuấy cho đến khi hỗn hợp tạo thành một khối bột.

c) Đun nóng dầu thực vật trong chảo sâu lòng hoặc nồi trên lửa vừa.

d) Chuyển bột vào túi bắt kem có đầu hình ngôi sao.

e) Đổ bột vào dầu nóng, dùng dao hoặc kéo cắt thành những đoạn dài 4-6 inch.

f) Chiên cho đến khi vàng nâu các mặt, thỉnh thoảng quay mặt.

g) Loại bỏ churros khỏi dầu và để ráo trên khăn giấy.

h) Trong một bát riêng, trộn đường và quế. Cuộn churros trong hỗn hợp đường quế cho đến khi phủ đều.

i) Làm nóng trước bàn làm bánh quế và chuẩn bị bột bánh quế theo hướng dẫn trên bao bì.

j) Đặt một chiếc bánh churro vào giữa mỗi phần bánh quế trên bàn ủi và đổ bột lên bánh churros.

k) Đóng bàn ủi bánh quế và nấu cho đến khi bánh quế có màu vàng nâu.

l) Phục vụ bánh quế churro ấm.

72.Bánh Churros dâu phô mai

THÀNH PHẦN:

- 1 ly nước
- 2 thìa đường
- 1/2 thìa cà phê muối
- 2 muỗng canh dầu thực vật
- 1 cốc bột mì đa dụng
- Dầu thực vật để chiên
- 1/4 chén đường (để phủ)
- 1 muỗng cà phê quế xay (để phủ)
- Nhân bánh phô mai dâu tây (làm sẵn hoặc mua tại cửa hàng)

HƯỚNG DẪN:

a) Trong một cái chảo, trộn nước, đường, muối và dầu thực vật. Mang hỗn hợp trên vào đun sôi.
b) Nhấc chảo ra khỏi bếp và thêm bột mì vào. Khuấy cho đến khi hỗn hợp tạo thành một khối bột.
c) Đun nóng dầu thực vật trong chảo sâu lòng hoặc nồi trên lửa vừa.
d) Chuyển bột vào túi bắt kem có đầu hình ngôi sao.
e) Đổ bột vào dầu nóng, dùng dao hoặc kéo cắt thành những đoạn dài 4-6 inch.
f) Chiên cho đến khi vàng nâu các mặt, thỉnh thoảng quay mặt.
g) Loại bỏ churros khỏi dầu và để ráo trên khăn giấy.
h) Trong một bát riêng, trộn đường và quế. Cuộn churros trong hỗn hợp đường quế cho đến khi phủ đều.
i) Dùng ống tiêm hoặc túi đựng bánh ngọt, đổ nhân bánh phô mai dâu tây vào bánh churros.
j) Phục vụ bánh churros dâu tây phô mai còn ấm.

BÁNH MÌ XOAY

73.đường quế xoắn

THÀNH PHẦN:

- 1 gói bánh phồng
- 2 muỗng canh bơ, tan chảy
- 1/4 chén đường cát
- 1 muỗng cà phê quế xay

HƯỚNG DẪN:

a) Làm nóng lò ở nhiệt độ 400°F (200°C) và lót khay nướng bằng giấy da.
b) Làm tan bánh phồng theo hướng dẫn trên bao bì.
c) Cán mỏng tấm bánh phồng và cắt thành dải mỏng.
d) Xoắn từng dải và đặt chúng lên khay nướng đã chuẩn bị sẵn.
e) Trong một bát nhỏ, trộn đường cát và quế xay.
f) Quét bơ tan chảy lên khối bột đã xoắn.
g) Rắc đều hỗn hợp đường quế lên các vòng xoắn.
h) Nướng trong 12-15 phút hoặc cho đến khi bánh phồng lên và có màu vàng nâu. Phục vụ ấm áp.

74.Caramen xoắn

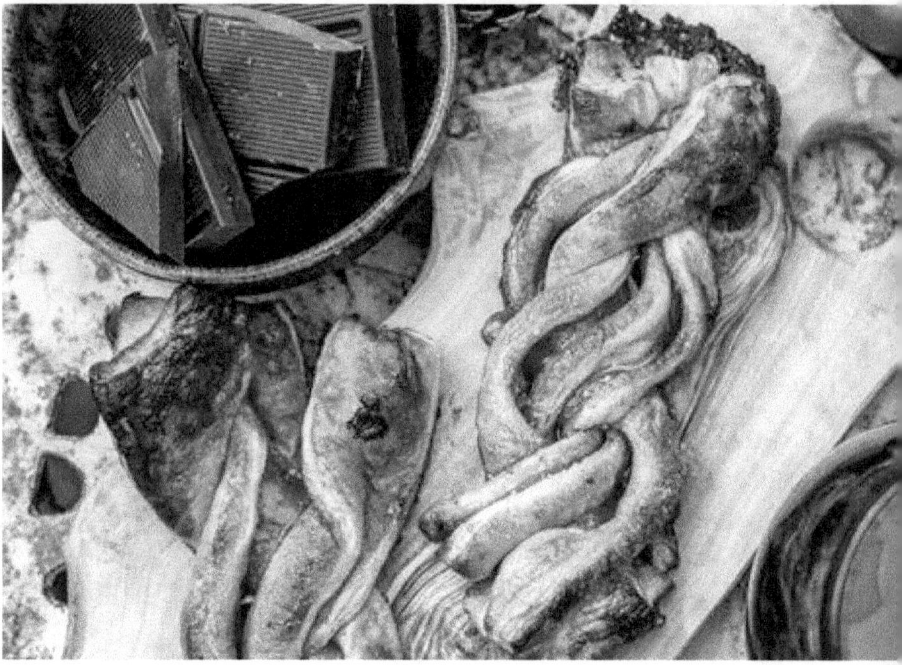

THÀNH PHẦN:

- 1 gói (17,3 ounce) bánh phồng đông lạnh, rã đông
- 1 cốc đường cát
- 1/2 chén bơ không muối
- 1/4 cốc kem đặc
- 1 muỗng cà phê chiết xuất vani
- 1/4 thìa cà phê muối

HƯỚNG DẪN:

a) Làm nóng lò ở nhiệt độ 400°F (200°C) và lót khay nướng bằng giấy da.
b) Cán bánh phồng trên bề mặt đã phủ bột mì nhẹ thành hình chữ nhật.
c) Trong chảo, kết hợp đường cát, bơ, kem đặc, chiết xuất vani và muối. Đun trên lửa vừa cao cho đến khi đường tan và hỗn hợp bắt đầu sủi bọt.
d) Đổ nước sốt caramel lên bánh phồng đã cán mỏng và dàn đều.
e) Cắt bánh ngọt thành dải mỏng, rộng khoảng 1/2 inch.
f) Xoay nhẹ từng dải và đặt nó lên khay nướng đã chuẩn bị sẵn.
g) Nướng trong 12-15 phút hoặc cho đến khi có màu vàng nâu và phồng lên.
h) Để các vòng xoắn nguội trước khi dùng.

75.Áo xoắn

THÀNH PHẦN:

- 2 tờ bánh phồng, rã đông
- 1/2 chén bơ không muối, tan chảy
- 1/2 chén đường cát
- 1 muỗng canh quế xay
- Đường bột để rắc đường

HƯỚNG DẪN:

a) Làm nóng lò ở nhiệt độ 375°F (190°C) và lót khay nướng bằng giấy da.
b) Tung ra các tấm bánh phồng trên bề mặt có phủ một ít bột mì.
c) Quét đều bơ tan chảy lên từng tờ giấy.
d) Trong một bát nhỏ, trộn đường cát và quế xay.
e) Rắc hỗn hợp quế-đường lên các tấm bánh ngọt bơ.
f) Gấp từng tờ bánh ngọt làm đôi theo chiều dọc.
g) Cắt mỗi tờ thành dải 1 inch.
h) Xoay nhẹ từng dải và đặt nó lên khay nướng đã chuẩn bị sẵn.
i) Nướng trong 15-20 phút hoặc cho đến khi có màu vàng nâu.
j) Để các vòng xoắn nguội một chút trước khi rắc đường bột.

76.bánh pizza xoắn

THÀNH PHẦN:

- 1 tờ bánh phồng, rã đông
- 1/2 chén nước sốt pizza
- 1 cốc phô mai mozzarella thái nhỏ
- 1/4 chén pepperoni thái lát
- 1 thìa cà phê lá oregano khô
- 1/4 thìa cà phê bột tỏi
- 1/4 muỗng cà phê ớt đỏ (tùy chọn)

HƯỚNG DẪN:

a) Làm nóng lò ở nhiệt độ 400°F (200°C) và lót khay nướng bằng giấy da.
b) Cán tấm bánh phồng trên bề mặt đã phủ bột mì nhẹ thành hình chữ nhật.
c) Trải đều nước sốt pizza lên tấm bánh ngọt, để lại một đường viền nhỏ xung quanh các cạnh.
d) Rắc phô mai mozzarella cắt nhỏ, pepperoni thái lát, lá oregano khô, bột tỏi và ớt đỏ (nếu dùng) lên nước sốt.
e) Gấp tấm bánh ngọt làm đôi theo chiều dọc và ấn các cạnh lại với nhau để bịt kín.
f) Cắt bánh ngọt gấp thành dải 1 inch.
g) Xoay nhẹ từng dải và đặt nó lên khay nướng đã chuẩn bị sẵn.
h) Nướng trong 15-20 phút hoặc cho đến khi bánh có màu nâu vàng và phô mai tan chảy và sủi bọt.
i) Để các vòng xoắn nguội một chút trước khi dùng.

77.Thụy Điển Aniswe Twists

THÀNH PHẦN:

- 2 1/2 chén bột mì đa dụng
- 1/2 chén bơ không muối, làm mềm
- 1/2 chén đường cát
- 2 muỗng cà phê chiết xuất hồi
- 1/2 muỗng cà phê bột nở
- 1/4 thìa cà phê muối
- 1 quả trứng
- Đường trân châu để rắc (tùy chọn)

HƯỚNG DẪN:

a) Làm nóng lò ở nhiệt độ 375°F (190°C) và lót khay nướng bằng giấy da.
b) Trong một tô trộn lớn, đánh bơ đã mềm, đường cát và chiết xuất hồi cho đến khi mịn và mịn.
c) Trong một bát riêng, trộn đều bột mì, bột nở và muối.
d) Dần dần thêm các thành phần khô vào hỗn hợp bơ, trộn đều sau mỗi lần thêm.
e) Đánh trứng cho đến khi bột quyện lại với nhau.
f) Chia bột thành từng miếng nhỏ và cuộn từng miếng thành một sợi dây dài khoảng 8 inch.
g) Xoắn từng sợi dây thành hình chữ "S" và đặt lên khay nướng đã chuẩn bị sẵn.
h) Rắc đường ngọc trai lên trên các sợi xoắn (nếu muốn).
i) Nướng trong vòng 10-12 phút hoặc cho đến khi các cạnh có màu vàng nhẹ.
j) Để các vòng xoắn nguội hoàn toàn trước khi dùng.

78.Bánh xoắn Nutella

THÀNH PHẦN:

- Gói 17,3 ounce bánh phồng đông lạnh, đã rã đông nhưng lạnh
- bột mì, để phủi bụi trên bề mặt làm việc
- 1 cốc Nutella
- 1 trứng lớn
- đường chà nhám thô, tùy chọn

HƯỚNG DẪN:

a) Làm nóng lò trước ở 350 độ.

b) Lót một tấm nướng bằng giấy da và bôi nhẹ bằng bình xịt nấu ăn.

c) Mở một tờ bánh phồng lên bề mặt đã phủ bột mì nhẹ. Dùng cây cán bột lăn nhẹ bánh để các nếp gấp lại với nhau.

d) Trải Nutella lên bột bánh phồng đã dẹt.

e) Làm phẳng tấm bột bánh phồng thứ hai và đặt lên trên tấm thứ nhất.

f) Cắt bột thành các dải rộng 1 inch và xoắn từng dải thành vòng xoắn rồi đặt lên khay nướng.

g) Trong một cái bát nhỏ, đánh trứng rồi phết lên các vòng xoắn.

h) Rắc đường cát vào các vòng xoắn nếu muốn.

i) Nướng trong vòng 15 đến 18 phút cho đến khi có màu vàng nâu.

j) Lấy các vòng xoắn ra khỏi lò và để chúng nguội ít nhất 5 phút trên khay nướng.

79.Nồi chiên không khí xoắn ngọt

THÀNH PHẦN:

- 1 hộp bánh phồng mua ở cửa hàng
- ½ muỗng cà phê quế
- ½ muỗng cà phê đường
- ½ muỗng cà phê hạt vừng đen
- Muối, nhúm
- 2 muỗng canh phô mai Parmesan, bào

HƯỚNG DẪN:

a) Đặt bột lên bề mặt làm việc.
b) Lấy một cái bát nhỏ và trộn phô mai, đường, muối, hạt vừng và quế.
c) Nhấn hỗn hợp này lên cả hai mặt của bột.
d) Bây giờ, cắt bánh ngọt thành dải 1" x 3".
e) Xoay mỗi dải 2 lần rồi đặt nó lên mặt phẳng.
f) Chuyển nó vào giỏ nồi chiên không dầu.
g) Chọn chế dộ chiên không khí ở 400 độ F trong 10 phút.
h) Sau khi nấu chín, phục vụ.

80.chanh ngọt xoắn

THÀNH PHẦN:

- 1 hộp bánh phồng mua ở cửa hàng
- ½ muỗng cà phê vỏ chanh
- 1 thìa nước cốt chanh
- 2 thìa cà phê đường nâu
- Muối, nhúm
- 2 muỗng canh phô mai Parmesan, mới xay

HƯỚNG DẪN: s

a) Đặt bột bánh phồng lên khu vực làm việc sạch sẽ.
b) Trong một cái bát, trộn phô mai Parmesan, đường nâu, muối, vỏ chanh và nước cốt chanh.
c) Nhấn hỗn hợp này lên cả hai mặt của bột.
d) Bây giờ, cắt bánh ngọt thành dải 1" x 4".
e) Xoắn từng dải.
f) Chuyển nó vào giỏ nồi chiên không dầu.
g) Chọn chế độ chiên không khí ở 400 độ F trong 9-10 phút..
h) Sau khi nấu chín, phục vụ và thưởng thức.

81.Phô mai và giăm bông xoắn

THÀNH PHẦN:

- 1 tờ bánh phồng, rã đông
- 1/2 chén phô mai cheddar cắt nhỏ
- 1/2 chén giăm bông thái hạt lựu
- 1 quả trứng, đánh bông

HƯỚNG DẪN:

a) Làm nóng lò ở nhiệt độ 400°F (200°C).
b) Trên một bề mặt có phủ bột mì nhẹ, cán mỏng bánh phồng có độ dày khoảng 1/4 inch.
c) Rắc đều phô mai cheddar cắt nhỏ và giăm bông thái hạt lựu lên trên bánh phồng.
d) Cắt bánh phồng thành 12 dải bằng nhau.
e) Xoay từng dải một vài lần và đặt chúng lên khay nướng có lót giấy da.
f) Đánh từng vòng xoắn bằng trứng đã đánh.
g) Nướng trong 15-20 phút cho đến khi có màu vàng nâu.
h) Phục vụ ấm áp.

82.Sô cô la và quả phỉ xoắn

THÀNH PHẦN:

- 1 tờ bánh phồng, rã đông
- 1/4 cốc Nutella hoặc sô cô la phết hạt phỉ
- 1/4 chén hạt phỉ xắt nhỏ
- 1 quả trứng, đánh bông

HƯỚNG DẪN:

a) Làm nóng lò ở nhiệt độ 400°F (200°C).
b) Trên một bề mặt có phủ bột mì nhẹ, cán mỏng bánh phồng có độ dày khoảng 1/4 inch.
c) Trải Nutella hoặc sô cô la hạt dẻ lên trên bánh phồng.
d) Rắc hạt phỉ cắt nhỏ lên trên.
e) Cắt bánh phồng thành dải rộng khoảng 1 inch.
f) Xoay từng dải nhiều lần và đặt lên khay nướng có lót giấy da.
g) Đánh từng vòng xoắn bằng trứng đã đánh.
h) Nướng trong 20-25 phút cho đến khi có màu vàng nâu.
i) Phục vụ ấm áp.

83.Tiramisu xoắn

THÀNH PHẦN:

- 200 gram Mascarpone
- 2 muỗng canh Kahlua, cộng thêm để tráng men
- 2 muỗng canh đường bột
- 1 tờ bánh phồng bơ
- 30 gram sô cô la đen, chia

HƯỚNG DẪN:

a) Trong một tô trộn nhỏ, đánh mascarpone cho đến khi mềm. Thêm Kahlua vào và sau khi trộn đều, cho đường vào đánh đều. Đặt tấm bánh phồng ra với một cạnh ngắn hướng về phía bạn. Trải đều phần nhân tiramisu lên tấm giấy.

b) Dùng dao cắt bánh pizza hoặc dao sắc để cắt bánh thành 8 dải dọc dài. Bào 20 gram sô-cô-la đen lên trên phần nhân. Làm việc với từng phần xoắn một lần, nắm lấy phần cuối xa bạn nhất và gập nó xuống làm đôi, phía trên chính nó.

c) Chuyển sang khay nướng không dính hoặc có lót giấy nến, xoay nó hai lần khi bạn đặt nó xuống. Nhẹ nhàng ấn kín cạnh dưới, sau đó lặp lại với phần còn lại và để nguội trong 1 giờ.

d) Làm nóng lò ở mức quạt 200C/180C. Sau khi bánh ngọt đã nguội trong một giờ, hãy phết nhẹ Kahlua lên chúng và rắc một lớp sô cô la mịn còn lại lên trên.

e) Nướng trong 15 phút cho đến khi chín đều và có màu vàng nâu.

f) Chuyển sang giá lưới để nguội hoặc dùng nóng.

84.Parmesan xoắn tỏi

THÀNH PHẦN:

- 1 gói bột bánh pizza để lạnh
- 2 muỗng canh bơ, tan chảy
- 2 tép tỏi, băm nhỏ
- 1/4 chén phô mai Parmesan bào
- 1 muỗng cà phê gia vị Ý khô

HƯỚNG DẪN:

a) Làm nóng lò ở nhiệt độ 375°F (190°C) và lót khay nướng bằng giấy da.
b) Cán bột bánh pizza ra và cắt thành dải mỏng.
c) Xoắn từng dải và đặt chúng lên khay nướng đã chuẩn bị sẵn.
d) Trong một bát nhỏ, trộn bơ tan chảy và tỏi băm.
e) Quét hỗn hợp bơ tỏi lên khối bột đã xoắn.
f) Rắc đều phô mai Parmesan và gia vị Ý lên các vòng xoắn.
g) Nướng trong 12-15 phút hoặc cho đến khi có màu vàng nâu. Phục vụ ấm áp.

85.Jalapeno Cheddar xoắn

THÀNH PHẦN:

- 1 gói bột cuộn lưỡi liềm để lạnh
- 1 chén phô mai cheddar cắt nhỏ
- 2 quả ớt jalapeno, bỏ hạt và thái nhỏ
- 1/4 cốc bơ tan chảy
- 1/2 thìa cà phê bột tỏi
- 1/4 thìa cà phê ớt bột

HƯỚNG DẪN:

a) Làm nóng lò ở nhiệt độ 375°F (190°C) và lót khay nướng bằng giấy da.
b) Trải bột cuộn hình lưỡi liềm ra và chia thành các hình tam giác.
c) Rắc đều phô mai cheddar cắt nhỏ và ớt jalapenos cắt nhỏ lên mỗi hình tam giác.
d) Cuộn các hình tam giác bắt đầu từ đầu rộng hơn và xoắn nhẹ nhàng để cố định phần nhân.
e) Đặt các cuộn xoắn lên tấm nướng đã chuẩn bị sẵn.
f) Trong một bát nhỏ, trộn bơ tan chảy, bột tỏi và ớt bột.
g) Quét hỗn hợp bơ lên các cuộn xoắn.
h) Nướng trong vòng 12-15 phút hoặc cho đến khi các cuộn bánh có màu vàng nâu và phô mai tan chảy. Phục vụ ấm áp.

86.Trâu gà xoắn

THÀNH PHẦN:

- 2 chén gà nấu chín, xé nhỏ
- 1/2 chén nước sốt trâu
- 1/4 chén phô mai xanh vụn
- 2 muỗng canh hành lá xắt nhỏ
- 1 gói bột bánh pizza để lạnh

HƯỚNG DẪN:

a) Làm nóng lò ở nhiệt độ 375°F (190°C) và lót khay nướng bằng giấy da.
b) Trong một cái bát, trộn thịt gà xé nhỏ và nước sốt trâu cho đến khi ngấm đều.
c) Cán bột bánh pizza ra và cắt thành dải mỏng.
d) Xoắn từng dải và đặt chúng lên khay nướng đã chuẩn bị sẵn.
e) Múc một lượng nhỏ hỗn hợp gà trâu vào mỗi lần xoắn.
f) Rắc phô mai xanh vụn và hành lá xắt nhỏ lên trên các vòng xoắn.
g) Nướng trong vòng 12-15 phút hoặc cho đến khi các vòng xoắn có màu nâu vàng và phần nhân đã nóng hoàn toàn. Phục vụ ấm áp.

87.Pesto và cà chua khô xoắn

THÀNH PHẦN:

- 1 gói bánh phồng
- 1/4 chén nước sốt pesto
- 1/4 chén cà chua phơi nắng xắt nhỏ (đóng gói trong dầu)
- 1/4 chén phô mai Parmesan bào
- 1 quả trứng đánh tan (để rửa trứng)

HƯỚNG DẪN:

a) Làm nóng lò ở nhiệt độ 400°F (200°C) và lót khay nướng bằng giấy da.
b) Làm tan bánh phồng theo hướng dẫn trên bao bì.
c) Cán mỏng tấm bánh phồng và cắt thành dải mỏng.
d) Rải một lớp nước sốt pesto mỏng dọc theo mỗi dải.
e) Rắc cà chua phơi nắng cắt nhỏ và phô mai Parmesan bào lên mỗi dải.
f) Xoay nhẹ từng dải và đặt chúng lên khay nướng đã chuẩn bị sẵn.
g) Chải các lọn tóc bằng trứng đã đánh để có lớp sơn bóng.
h) Nướng trong 12-15 phút hoặc cho đến khi bánh phồng lên và có màu vàng nâu. Phục vụ ấm áp.

88.Rau bina và Feta xoắn

THÀNH PHẦN:

- 1 gói bột cuộn lưỡi liềm để lạnh
- 1 chén rau chân vịt đông lạnh, rã đông và vắt bớt nước thừa
- 1/2 chén phô mai feta vụn
- 2 muỗng canh phô mai Parmesan bào
- 1/4 thìa cà phê bột tỏi
- Muối và hạt tiêu cho vừa ăn

HƯỚNG DẪN:

a) Làm nóng lò ở nhiệt độ 375°F (190°C) và lót khay nướng bằng giấy da.
b) Trải bột cuộn hình lưỡi liềm ra và chia thành các hình tam giác.
c) Trong một bát, trộn cùng rau bina, phô mai feta, phô mai Parmesan bào, bột tỏi, muối và hạt tiêu.
d) Múc một lượng nhỏ hỗn hợp rau bina và feta lên mỗi hình tam giác.
e) Cuộn các hình tam giác bắt đầu từ đầu rộng hơn và xoắn nhẹ nhàng để bịt kín phần nhân.
f) Đặt các cuộn xoắn lên tấm nướng đã chuẩn bị sẵn.
g) Nướng trong vòng 12-15 phút hoặc cho đến khi các cuộn bánh có màu nâu vàng và phần nhân đã nóng đều. Phục vụ ấm áp.

89.Thịt Heo Kéo BBQ

THÀNH PHẦN:

- 2 chén thịt lợn kéo nấu chín
- 1/2 chén nước sốt thịt nướng
- 1/4 chén phô mai cheddar cắt nhỏ
- 1/4 chén hành đỏ xắt nhỏ
- 1 gói bột bánh pizza để lạnh

HƯỚNG DẪN:

a) Làm nóng lò ở nhiệt độ 375°F (190°C) và lót khay nướng bằng giấy da.

b) Trong một tô, trộn thịt lợn kéo và nước sốt thịt nướng cho đến khi hòa quyện.

c) Cán bột bánh pizza ra và cắt thành dải mỏng.

d) Xoắn từng dải và đặt chúng lên khay nướng đã chuẩn bị sẵn.

e) Múc một lượng nhỏ hỗn hợp thịt lợn kéo vào mỗi lần xoắn.

f) Rắc phô mai cheddar cắt nhỏ và hành đỏ cắt nhỏ lên trên các vòng xoắn.

g) Nướng trong vòng 12-15 phút hoặc cho đến khi các vòng xoắn có màu nâu vàng và phần nhân đã nóng hoàn toàn. Phục vụ ấm áp.

90.S'mores Twists

THÀNH PHẦN:

- 1 gói bánh phồng
- 1/4 cốc Nutella hoặc sô cô la phết
- 1/4 cốc kẹo dẻo nhỏ
- 2 muỗng canh bánh quy giòn graham nghiền
- 1 quả trứng đánh tan (để rửa trứng)

HƯỚNG DẪN:

a) Làm nóng lò ở nhiệt độ 400°F (200°C) và lót khay nướng bằng giấy da.
b) Làm tan bánh phồng theo hướng dẫn trên bao bì.
c) Cán mỏng tấm bánh phồng và cắt thành dải mỏng.
d) Trải một lớp mỏng Nutella hoặc sô cô la dọc theo mỗi dải.
e) Rắc kẹo dẻo mini và bánh quy graham nghiền nát lên mỗi dải.
f) Xoay nhẹ từng dải và đặt chúng lên khay nướng đã chuẩn bị sẵn.
g) Chải các lọn tóc bằng trứng đã đánh để có lớp sơn bóng.
h) Nướng trong 12-15 phút hoặc cho đến khi bánh phồng lên và có màu vàng nâu. Phục vụ ấm áp.

91.xoắn Caprese

THÀNH PHẦN:

- 1 gói bánh phồng
- 1/4 chén húng quế
- 1/2 chén cà chua bi, cắt đôi
- 1/2 chén trân châu mozzarella tươi
- Muối và hạt tiêu cho vừa ăn
- Men balsamic để tạo mưa phùn (tùy chọn)

HƯỚNG DẪN:

a) Làm nóng lò ở nhiệt độ 400°F (200°C) và lót khay nướng bằng giấy da.
b) Làm tan bánh phồng theo hướng dẫn trên bao bì.
c) Cán mỏng tấm bánh phồng và cắt thành dải mỏng.
d) Trải một lớp pesto húng quế mỏng dọc theo mỗi dải.
e) Đặt một nửa quả cà chua bi và một viên phô mai mozzarella lên mỗi dải.
f) Nêm muối và hạt tiêu cho vừa ăn.
g) Xoay nhẹ từng dải và đặt chúng lên khay nướng đã chuẩn bị sẵn.
h) Nướng trong 12-15 phút hoặc cho đến khi bánh phồng lên và có màu vàng nâu.
i) Tùy chọn: Rưới men balsamic lên các vòng xoắn trước khi dùng. Phục vụ ấm áp.

92.Táo Quế xoắn

THÀNH PHẦN:

- 1 gói bánh phồng
- 2 quả táo, gọt vỏ, bỏ lõi và thái lát mỏng
- 2 muỗng canh bơ tan chảy
- 2 muỗng canh đường cát
- 1 muỗng cà phê quế xay
- 1/4 chén quả óc chó cắt nhỏ (tùy chọn)
- Đường bột để rắc (tùy chọn)

HƯỚNG DẪN:

a) Làm nóng lò ở nhiệt độ 400°F (200°C) và lót khay nướng bằng giấy da.
b) Làm tan bánh phồng theo hướng dẫn trên bao bì.
c) Cán mỏng tấm bánh phồng và cắt thành dải mỏng.
d) Quét bơ tan chảy lên từng dải.
e) Trong một bát nhỏ, trộn đường cát và quế xay.
f) Rắc đều hỗn hợp đường quế lên các dải bơ.
g) Đặt một vài lát táo lên mỗi dải và rắc quả óc chó cắt nhỏ nếu muốn.
h) Xoay nhẹ từng dải và đặt chúng lên khay nướng đã chuẩn bị sẵn.
i) Nướng trong 12-15 phút hoặc cho đến khi bánh phồng lên và có màu vàng nâu.
j) Tùy chọn: Rắc đường bột lên các vòng xoắn trước khi dùng. Phục vụ ấm áp.

93.Ham và phô mai xoắn

THÀNH PHẦN:

- 1 gói bánh phồng
- 1/2 chén giăm bông thái lát
- 1/2 chén phô mai cheddar cắt nhỏ
- 1 quả trứng đánh tan (để rửa trứng)

HƯỚNG DẪN:

a) Làm nóng lò ở nhiệt độ 400°F (200°C) và lót khay nướng bằng giấy da.
b) Làm tan bánh phồng theo hướng dẫn trên bao bì.
c) Cán mỏng tấm bánh phồng và cắt thành dải mỏng.
d) Đặt một vài lát giăm bông và rắc phô mai cheddar cắt nhỏ lên mỗi dải.
e) Xoay nhẹ từng dải và đặt chúng lên khay nướng đã chuẩn bị sẵn.
f) Chải các lọn tóc bằng trứng đã đánh để có lớp sơn bóng.
g) Nướng trong 12-15 phút hoặc cho đến khi bánh phồng lên và có màu vàng nâu. Phục vụ ấm áp.

94.Món gà sốt Pesto Alfredo xoắn

THÀNH PHẦN:

- 2 chén gà nấu chín, xé nhỏ
- 1/4 chén húng quế
- 1/4 chén nước sốt Alfredo
- 1/4 chén phô mai mozzarella cắt nhỏ
- 1 gói bột bánh pizza để lạnh

HƯỚNG DẪN:

a) Làm nóng lò ở nhiệt độ 375°F (190°C) và lót khay nướng bằng giấy da.
b) Trong tô, trộn đều thịt gà xé nhỏ, húng quế và sốt Alfredo cho đến khi hòa quyện.
c) Cán bột bánh pizza ra và cắt thành dải mỏng.
d) Xoắn từng dải và đặt chúng lên khay nướng đã chuẩn bị sẵn.
e) Múc một lượng nhỏ hỗn hợp thịt gà vào mỗi lần xoắn.
f) Rắc phô mai mozzarella cắt nhỏ lên trên các cuộn bánh.
g) Nướng trong vòng 12-15 phút hoặc cho đến khi các vòng xoắn có màu nâu vàng và phần nhân đã nóng hoàn toàn. Phục vụ ấm áp.

95.Maple Bacon Twists

THÀNH PHẦN:

- 1 gói bánh phồng
- 1/4 cốc si-rô phong
- 4 lát thịt xông khói nấu chín, vụn
- 2 muỗng canh đường nâu
- 1/4 thìa cà phê tiêu đen xay

HƯỚNG DẪN:

a) Làm nóng lò ở nhiệt độ 400°F (200°C) và lót khay nướng bằng giấy da.
b) Làm tan bánh phồng theo hướng dẫn trên bao bì.
c) Cán mỏng tấm bánh phồng và cắt thành dải mỏng.
d) Chải từng dải bằng xi-rô cây phong.
e) Trong một bát nhỏ, trộn thịt xông khói vụn, đường nâu và hạt tiêu đen xay.
f) Rắc đều hỗn hợp thịt xông khói lên từng dải.
g) Xoay nhẹ từng dải và đặt chúng lên khay nướng đã chuẩn bị sẵn.
h) Nướng trong 12-15 phút hoặc cho đến khi bánh phồng lên và có màu vàng nâu. Phục vụ ấm áp.

96.xoắn Địa Trung Hải

THÀNH PHẦN:

- 1 gói bánh phồng
- 1/4 cốc pesto cà chua phơi nắng
- 1/4 chén ô liu Kalamata cắt nhỏ
- 1/4 chén phô mai feta vụn
- 1/4 chén mùi tây tươi xắt nhỏ

HƯỚNG DẪN:

a) Làm nóng lò ở nhiệt độ 400°F (200°C) và lót khay nướng bằng giấy da.
b) Làm tan bánh phồng theo hướng dẫn trên bao bì.
c) Cán mỏng tấm bánh phồng và cắt thành dải mỏng.
d) Trải một lớp mỏng pesto cà chua khô dọc theo mỗi dải.
e) Rắc ô liu Kalamata cắt nhỏ, phô mai feta vụn và rau mùi tây tươi cắt nhỏ lên mỗi dải.
f) Xoay nhẹ từng dải và đặt chúng lên khay nướng đã chuẩn bị sẵn.
g) Nướng trong 12-15 phút hoặc cho đến khi bánh phồng lên và có màu vàng nâu. Phục vụ ấm áp.

97.Món xoắn caramel hấp dẫn

THÀNH PHẦN:

- 1 gói bánh phồng
- 1/4 chén nước sốt caramen
- 1/4 chén các loại hạt cắt nhỏ (chẳng hạn như quả óc chó hoặc quả hồ đào)
- 2 muỗng canh đường nâu
- 1/2 muỗng cà phê quế xay

HƯỚNG DẪN:

a) Làm nóng lò ở nhiệt độ 400°F (200°C) và lót khay nướng bằng giấy da.
b) Làm tan bánh phồng theo hướng dẫn trên bao bì.
c) Cán mỏng tấm bánh phồng và cắt thành dải mỏng.
d) Rải một lớp sốt caramel mỏng dọc theo mỗi dải.
e) Rắc các loại hạt cắt nhỏ, đường nâu và quế xay lên từng dải.
f) Xoay nhẹ từng dải và đặt chúng lên khay nướng đã chuẩn bị sẵn.
g) Nướng trong 12-15 phút hoặc cho đến khi bánh phồng lên và có màu vàng nâu. Phục vụ ấm áp.

98.Bánh phô mai kem mâm xôi

THÀNH PHẦN:

- 1 gói bánh phồng
- 1/4 cốc mứt mâm xôi hoặc chất bảo quản
- Phô mai kem 4 ounce, làm mềm
- 2 muỗng canh đường bột
- 1/2 muỗng cà phê chiết xuất vani
- 1 quả trứng đánh tan (để rửa trứng)

HƯỚNG DẪN:

a) Làm nóng lò ở nhiệt độ 400°F (200°C) và lót khay nướng bằng giấy da.
b) Làm tan bánh phồng theo hướng dẫn trên bao bì.
c) Cán mỏng tấm bánh phồng và cắt thành dải mỏng.
d) Trong một cái bát, trộn kem phô mai, đường bột và chiết xuất vani cho đến khi mịn.
e) Trải một lớp mứt mâm xôi mỏng dọc theo mỗi dải.
f) Đặt một miếng nhỏ hỗn hợp phô mai kem lên trên mứt mâm xôi.
g) Xoay nhẹ từng dải và đặt chúng lên khay nướng đã chuẩn bị sẵn.
h) Chải các lọn tóc bằng trứng đã đánh để có lớp sơn bóng.
i) Nướng trong 12-15 phút hoặc cho đến khi bánh phồng lên và có màu vàng nâu. Phục vụ ấm áp.

99.chanh việt quất xoắn

THÀNH PHẦN:

- 1 gói bánh phồng
- 1/4 cốc sữa đông chanh
- 1/4 cốc quả việt quất tươi
- 1 muỗng canh đường cát
- 1 thìa cà phê vỏ chanh

HƯỚNG DẪN:

a) Làm nóng lò ở nhiệt độ 400°F (200°C) và lót khay nướng bằng giấy da.
b) Làm tan bánh phồng theo hướng dẫn trên bao bì.
c) Cán mỏng tấm bánh phồng và cắt thành dải mỏng.
d) Trải một lớp sữa đông chanh mỏng dọc theo mỗi dải.
e) Đặt một vài quả việt quất lên trên lớp sữa đông chanh.
f) Rắc đường cát và vỏ chanh lên từng dải.
g) Xoay nhẹ từng dải và đặt chúng lên khay nướng đã chuẩn bị sẵn.
h) Nướng trong 12-15 phút hoặc cho đến khi bánh phồng lên và có màu vàng nâu. Phục vụ ấm áp.

100.Maple Pecan xoắn

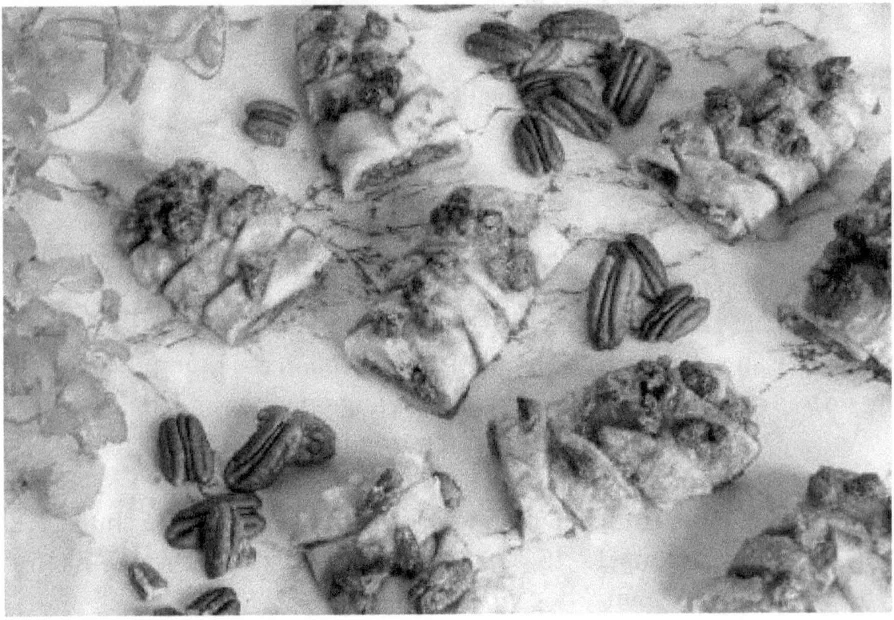

THÀNH PHẦN:

- 1 gói bánh phồng
- 1/4 cốc si-rô phong
- 1/4 chén hồ đào xắt nhỏ
- 2 muỗng canh đường nâu
- 1/4 muỗng cà phê quế xay

HƯỚNG DẪN:

a) Làm nóng lò ở nhiệt độ 400°F (200°C) và lót khay nướng bằng giấy da.
b) Làm tan bánh phồng theo hướng dẫn trên bao bì.
c) Cán mỏng tấm bánh phồng và cắt thành dải mỏng.
d) Chải từng dải bằng xi-rô cây phong.
e) Trong một bát nhỏ, trộn hồ đào cắt nhỏ, đường nâu và quế xay.
f) Rắc đều hỗn hợp hồ đào lên từng dải.
g) Xoay nhẹ từng dải và đặt chúng lên khay nướng đã chuẩn bị sẵn.
h) Nướng trong 12-15 phút hoặc cho đến khi bánh phồng lên và có màu vàng nâu. Phục vụ ấm áp.

PHẦN KẾT LUẬN

Khi chia tay "Cuốn sách nấu ăn bánh mì tuyệt đỉnh", chúng tôi làm như vậy với trái tim tràn đầy lòng biết ơn đối với những hương vị được thưởng thức, những kỷ niệm được tạo ra và kỹ năng nấu nướng được mài dũa trong suốt chặng đường. Thông qua 100 công thức hướng dẫn chúng tôi về nghệ thuật làm bánh mì, chúng tôi đã bắt tay vào hành trình khám phá, nắm vững các kỹ thuật và mở khóa những bí mật để tạo nên sự hoàn hảo cho món bánh mì tự làm tại nhà.

Nhưng cuộc hành trình của chúng tôi không kết thúc ở đây. Khi quay trở lại căn bếp của mình với những kiến thức và cảm hứng mới tìm được, chúng ta hãy tiếp tục thử nghiệm, đổi mới và sáng tạo với những chiếc bánh mì que. Cho dù chúng ta đang nướng bánh cho chính mình, người thân hay khách, cầu mong các công thức nấu ăn trong cuốn sách nấu ăn này sẽ mang lại niềm vui và sự hài lòng trong nhiều năm tới.

Và khi thưởng thức từng miếng bánh mì que mới nướng thơm ngon, chúng ta hãy nhớ đến niềm vui khi nướng bánh—hơi ấm của lò nướng, mùi thơm của men và niềm vui đơn giản khi được tạo ra món gì đó thơm ngon ngay từ đầu. Cảm ơn bạn đã tham gia cùng chúng tôi trong cuộc phiêu lưu ẩm thực này. Cầu mong những chiếc bánh mì của bạn luôn vàng, bột luôn nở và bàn ăn của bạn luôn tràn ngập sự ấm áp và thoải mái của bánh mì tự làm.

www.ingramcontent.com/pod-product-compliance
Lightning Source LLC
LaVergne TN
LVHW010924061026
849535LV00007B/2216
* 9 7 8 1 8 3 6 2 3 3 3 1 2 *